# शीट मेटल वर्कर SMW मराठी MCQ

मनोज डोळे

डिजिटायझेशन ही काळाची गरज आहे. भविष्यात, प्रशिक्षण अधिक सोयीस्कर आणि सोपे करण्यासाठी औद्योगिक प्रशिक्षण संस्थांमध्ये ऑनलाइन इंटरनेट वापरून प्रशिक्षण घेणे आवश्यक आहे. MCQ प्रश्नांचा संच असलेली ई-पुस्तके प्रशिक्षणार्थींना उपलब्ध करून दिली जातील कारण त्यांना त्यांच्या औद्योगिक प्रशिक्षण संस्थांमध्ये होणाऱ्या ऑनलाइन परीक्षांच्या तयारीसाठी MCQ प्रश्नांची अधिक सवय होणे आवश्यक आहे.

या सर्व बाबी लक्षात घेऊन श्री.मनोज मधुकर डोळे प्रशिक्षक, औद्योगिक प्रशिक्षण संस्था, सातारा यांनी नवीन वार्षिक प्रणाली आणि NSQF-5 अभ्यासक्रमानुसार पुस्तके लिहिली आहेत. आणि त्यांनी प्रशिक्षण सुलभ करण्यासाठी सैद्धांतिक मोबाइल ॲप्स आणि ब्लॉग तयार केले आहेत आणि हे सर्व शैक्षणिक साहित्य जगप्रसिद्ध Google Play Store, Amazon आणि Apple Book Store वर डाउनलोड करण्यासाठी उपलब्ध केले आहे.

पुस्तकांचे प्रकाशन माननीय सहसंचालक श्री राजेंद्र घुमे साहेब प्रादेशिक व्यावसायिक शिक्षण व प्रशिक्षण कार्यालय, पुणे यांच्या हस्ते दिनांक 9/1/2019 रोजी करण्यात आले, यावेळी श्री प्रकाश सायगावकर साहेब प्राचार्य शासकीय औद्योगिक प्रशिक्षण संस्था औंध पुणे, श्री तुकाराम मिसाळ साहेब प्राचार्य डॉ. सरकार प्र.संस्था सातारा, श्री सचिन धुमाळ साहेब जिल्हा व्यवसाय शिक्षण व प्रशिक्षण अधिकारी सातारा, श्री यतीन पारगावकर साहेब मुख्याध्यापक गो. प्र.संस्था कोल्हापूर, श्री विकास टेके साहेब निरीक्षक व्यावसायिक शिक्षण व प्रशिक्षण क्षेत्रीय कार्यालय पुणे, पालेकर फूड्स प्रॉडक्ट्स प्रा. लि.चे सातारा येथील उद्योजक अध्यक्ष श्री.नीळकंठराव पालेकर साहेब, हिरा फूड्स चे चेअरमन श्री.इब्राहिम बाबा तांबोळी साहेब, सौ.शाल्मली पवार मुख्याध्यापिका शासकीय तंत्रनिकेतन केंद्र सातारा व इतर मान्यवर यावेळी उपस्थित होते.

# अनुक्रमणिका

# प्रस्तावना

**शीट मेटल वर्करSMWमराठी MCQ** हे आयटीआय आणि अभियांत्रिकी अभ्यासक्रमासाठी एक पुस्तक आहे, सुधारित एनएसक्यू स्तर अभ्यासक्रम , त्यात अधोरेखित आणि ठळक अचूक उत्तरांसह वस्तुनिष्ठ प्रश्नांचा समावेश आहे एमसीक्यूमध्ये सर्व विषयांचा समावेश आहे ज्यात सर्व विषयांचा समावेश आहे आणि मेक, इन्स्टॉल आणि रिपेअर लेख आणि नवीन आणि महत्त्वाचे. शीट स्टील, तांबे, कथील, पितळ, ॲल्युमिनियम, जस्त किंवा गॅल्वनाइज्ड लोह यासारख्या शीट मेटलच्या वस्तूंचे भाग. शीट मेटल वर्कर, रेखांकन किंवा नमुन्यानुसार शीट मेटल आर्टिकल्स बनवतो. रेखाचित्र किंवा नमुना अभ्यासा आणि आवश्यक असल्यास मोजमाप रेकॉर्ड करा. आवश्यक प्रकार, जाडी (गेज) आणि आकाराची शीट निवडते आणि रेखाचित्र किंवा नमुन्यानुसार त्यावर स्क्राइबर, स्क्वेअर, डिव्हायडर, फूट रूल इत्यादी चिन्हांकित करते. मशीन किंवा हँड शिअर्सद्वारे आवश्यक असेल तेथे कातरणे आणि वाकणे, सीमिंग, फॉर्मिंग, रिव्हटिंग, सोल्डरिंग इत्यादी, मॅलेट्स, हॅमर, फॉर्मर्स, सेट, स्टेक्स इत्यादी वापरून किंवा कातरणे यासारख्या विविध मशीनद्वारे आवश्यक आकार आणि आकार बनवते . , बेंडिंग, बीडिंग, चॅनेलिंग, सर्कल कटिंग. ऑपरेशन्स दरम्यान टप्प्याटप्प्याने काम तपासते आणि आवश्यकतेनुसार सोल्डरिंग, ब्रेझिंग, आर्क वेल्डिंग, गॅस वेल्डिंग, टीआयजी वेल्डिंग आणि एमआयजी वेल्डिंग करते. ॲल्युमिनियम पॅनेलिंगचे काम हाती घेऊ शकते. दुरुस्तीचे कामही हाती घेऊ शकते. कथील, तांबे, पितळ यासारख्या उदासीन धातूच्या शीटचे विशेषीकरण करू शकते

आम्ही प्रत्येक नवीन आवृत्तीसह नवीन प्रश्नांची उत्तरे जोडतो. कृपया काही त्रुटी/ वगळल्यास आम्हाला ईमेल करा. सर्व अभियांत्रिकी बहुपर्यायी प्रश्न आणि उत्तरांसाठी हे निर्विवादपणे सर्वात मोठे आणि सर्वोत्तम ई-पुस्तक आहे.

विद्यार्थी म्हणून तुम्ही ते तुमच्या परीक्षेच्या तयारीसाठी वापरू शकता. हे पुस्तक प्राध्यापकांना साहित्य रीफ्रेश करण्यासाठी देखील उपयुक्त आहे.

# ऋणनिर्देश, पावती

21 व्या शतकातील औद्योगिक क्षेत्रातील वेगाने वाढणाऱ्या मागणीच्या अनुषंगाने बहु-कुशल कारागीरांचा पुरवठा करण्यासाठी व्यवसाय शिक्षण आणि व्यवसाय प्रॅक्टिकल विभागामार्फत व्यावसायिक शिक्षण आणि प्रशिक्षण विभागामार्फत व्यावसायिक शिक्षण आणि प्रशिक्षण दिले जाते. संस्थांमधील सर्व व्यवसाय महत्त्वाचे आहेत, कारण या व्यवसायांतील प्रशिक्षणार्थी उद्योगाच्या मागणीनुसार बहु-कौशल्ये विकसित करतात.

औद्योगिक क्षेत्रातील सर्व उद्योगांमधील सर्व परीक्षा ऑनलाइन घेतल्या जातात आणि त्यामध्ये MCQ पद्धतीच्या प्रश्नांचा समावेश होतो हे लक्षात घेऊन सर्व व्यवसायांसाठी योग्य MCQ ई-पुस्तके उपलब्ध करून देण्याच्या उदात्त हेतूने. श्री.मनोज मधुकर डोळे यांनी नवीन वार्षिक अभ्यासक्रमानुसार MCQ पद्धतीवर खूप चांगले ई-बुक लिहिले आहे. हे ई-बुक सर्व प्रशिक्षणार्थी, प्रशिक्षणार्थी उमेदवार, प्रशिक्षण प्रशिक्षक आणि संबंधित इतरांसाठी निश्चितच मार्गदर्शक ठरेल.

पुस्तकाचे लेखक श्री.मनोज मधुकर डोळे आहेत, इन्स्ट्रक्टर गव्हर्नमेंट ITI सातारा यांना 17 वर्षांचा प्रशिक्षणाचा अनुभव आहे. नवीन वार्षिक पॅटर्न म्हणून लिहिलेल्या, या ई-बुकमध्ये प्रत्येक विषयासाठी मांडणी, सोपी भाषा आणि सोपी वाक्यरचना, आकृती आणि व्हिडिओ समजून घेण्यासाठी आधुनिक डिजिटल QR कोड तंत्रज्ञान समाविष्ट केले आहे. त्यामुळे सखोल अभ्यास आणि परीक्षेच्या सरावासाठी हे ई-बुक नक्कीच उपयोगी पडेल याची मला खात्री आहे. त्यांनी केलेले काम नक्कीच कौतुकास्पद आहे.

श्री तुकाराम मिसाळ
प्राचार्य शासकीय औद्योगिक प्रशिक्षण संस्था सातारा.

# नांदी, प्रस्तावना

DGET नवी दिल्ली आणि CSTARI कोलकाता ऑगस्ट 2018 च्या सत्रापासून ITI मधील सर्व व्यवसायांसाठी वार्षिक पॅटर्न लागू करत आहेत. परीक्षा पद्धतीतही बदल करण्यात येणार असून या वर्षीपासून ती ऑनलाइन होणार असून सर्व प्रश्न वस्तुनिष्ठ स्वरूपाचे (MCQ) असल्याने प्रशिक्षणार्थींना सखोल अभ्यासाची नितांत गरज आहे. हे लक्षात घेऊन जुन्या NIMI पॅटर्नवर आधारित पुस्तके आणि नवीन वार्षिक पॅटर्नचे संपूर्ण विहंगावलोकन सादर करताना आम्हाला आनंद होत आहे आणि आम्हाला आशा आहे की ही पुस्तके सर्व व्यवसाय संचालक आणि प्रशिक्षणार्थींसाठी मार्गदर्शक ठरतील. आहे.

ही पुस्तके लिहिल्याबद्दल जोहर आवटे साहेब, ITI अकलूजचे प्राचार्य. ITI सातारा चे माजी प्राचार्य सायगावकर साहेब, सहाय्यक संचालक श्री चंद्रकांत ढेकणे साहेब व्यवसाय शिक्षण व प्रशिक्षण प्रादेशिक कार्यालय, पुणे, जिल्हा व्यवसाय शिक्षण व प्रशिक्षण अधिकारी सचिन धुमाळ साहेब व मुख्याध्यापिका शासकीय तंत्रनिकेतन केंद्र शाल्मली पवार मॅडम व मुलगा अधिराज डोळे, आई कुसुम डोळे. , माझे वडील मधुकर डोळे आणि पत्नी अश्विनी डोळे यांनी वेळोवेळी केलेल्या विशेष मार्गदर्शन व सहकार्याबद्दल मी त्यांचा मनःपूर्वक आभारी आहे.

तसेच अतिशय कमी कालावधीत पुस्तक प्रकाशित करण्यात अमूल्य वेळ दिल्याबद्दल श्री राजेंद्र घुमे साहेब, सहसंचालक, व्यवसाय शिक्षण व प्रशिक्षण प्रादेशिक कार्यालय, पुणे यांनी पुस्तकाचे पुनरावलोकन केले. त्यांच्या अभिप्रायाबद्दल मी मनापासून आभारी आहे.

पुस्तक लिहिण्याच्या सुरुवातीपासूनच सतत पाठबळ दिल्याबद्दल ITI सातारा च्या प्रशिक्षकांचा मी आभारी आहे.

या पुस्तकातून, ई-लर्निंगबद्दलचे माझे विचार तुमच्याशी शेअर करण्यात मी स्वतःला धन्य समजतो. हे पुस्तक परिपूर्ण आहे असा दावा मी करणार नाही, कारण परिपूर्णतेचा विचार करता हे पुस्तक एक प्रयत्न आहे आणि बाल्यावस्थेत आहे. त्यांची चाचणी आणि सूचना दिल्यास ते सुधारण्यासाठी मोलाचे ठरतील.

मनोज डोळे

दिनांक 9/1/2019

# 1

# शीट मेटल वर्कर QR Code Images

Download App
Online Test Exam
ITI Books
AutoCAD CAM
JOB & Apprentice

Online Theory
Computer Course
Trading Course
CNC Course
MSCIT Course

Shopping Business
Internet Business
Web Designing
Online Services
Top Sportsmans

Indian Army
Freedom Fighters
Top Scientists
Social Reformers
Motivational Speaker

Top Richest People
Join WhatsApp Group
Join Facebook Group
Like Facebook Page

PAN / Adhar / Licence Passport

Fire extinguisher

Calliper

Hacksaw frame

Universal surface guage

Hammer

Centre punch

Bench vice

Files

Scraper

Surface Plate

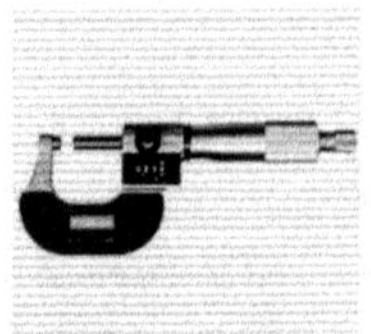

Outside Micrometer

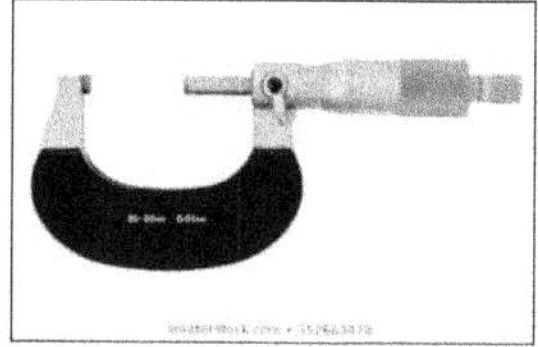

Micrometer

Depth micrometer

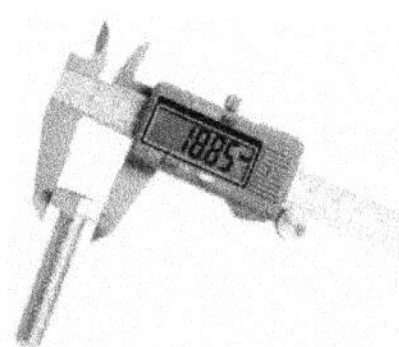

Vernier Calliper

Vernier bevel protractor

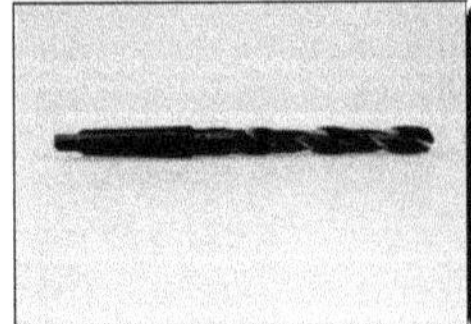

Drilling

Reamer

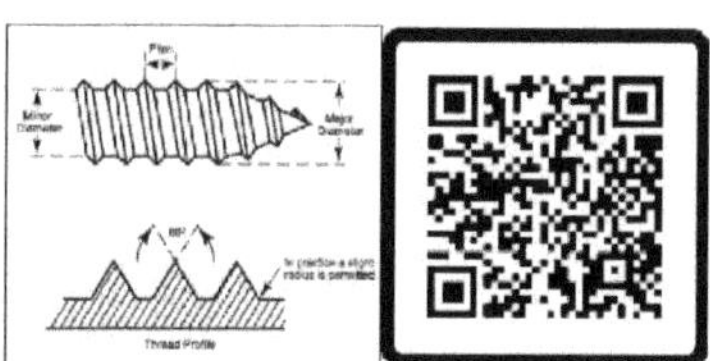


Thread

Tap Die

Grinding Wheel

Tap Die

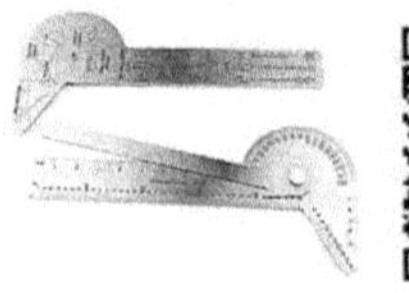

Centre gauge

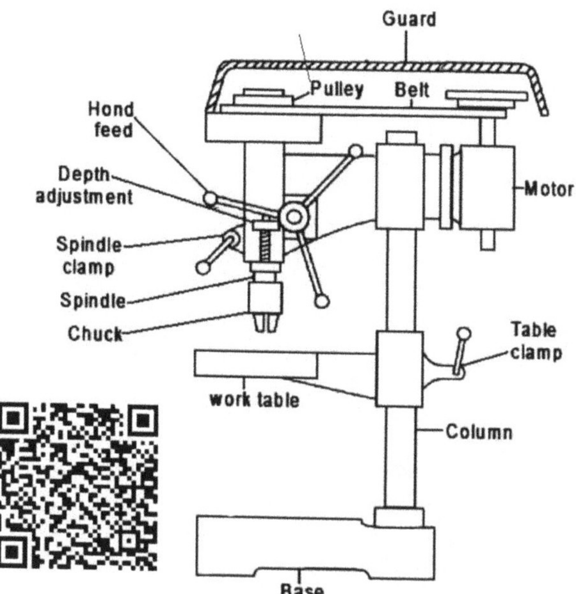


# Piller Drilling Machine

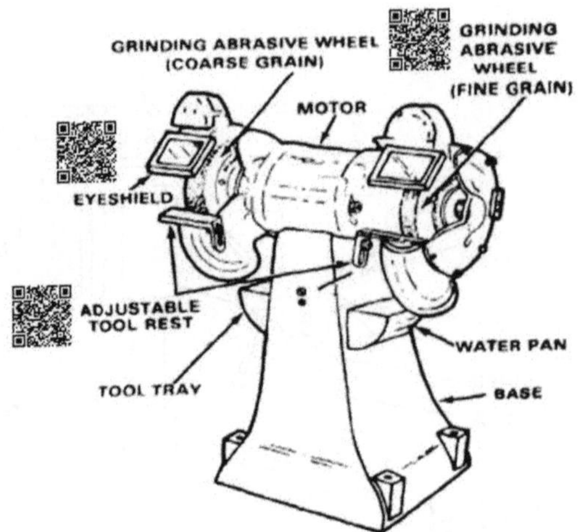


**Pedastal Grinding Machine**

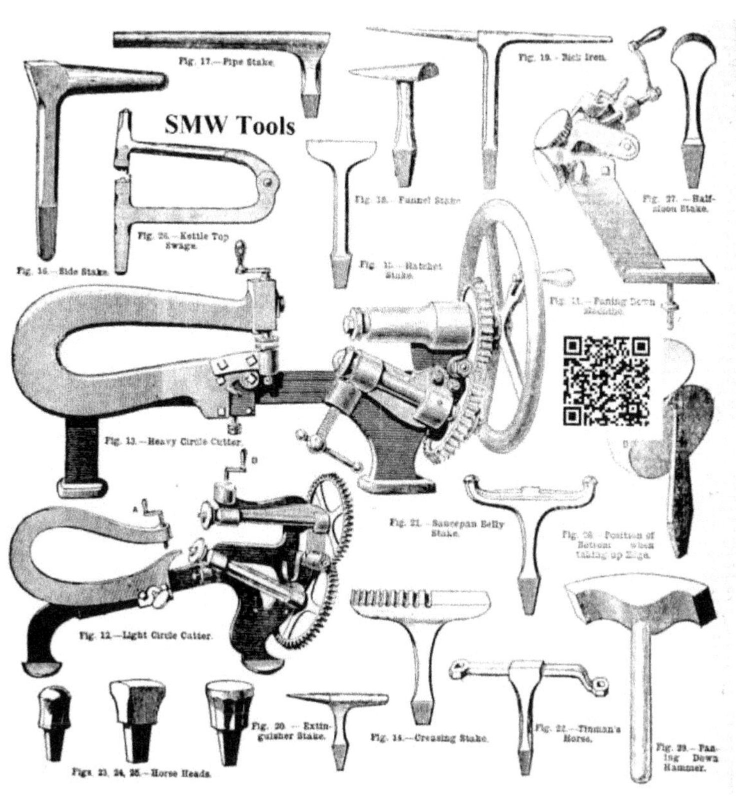
SMW Tools
Fig. 17.—Pipe Stake.
Fig. 16.—Side Stake.
Fig. 26.—Kettle Top Swage.
Fig. 18.—Funnel Stake.
Fig. 15.—Hatchet Stake.
Fig. 27.—Half-moon Stake.
Fig. 13.—Heavy Circle Cutter.
Fig. 21.—Saucepan Belly Stake.
Fig. 12.—Light Circle Cutter.
Figs. 23, 24, 25.—Horse Heads.
Fig. 20.—Extinguisher Stake.
Fig. 14.—Creasing Stake.
Fig. 22.—Tinman's Horse.
Fig. 29.—Paning Down Hammer.

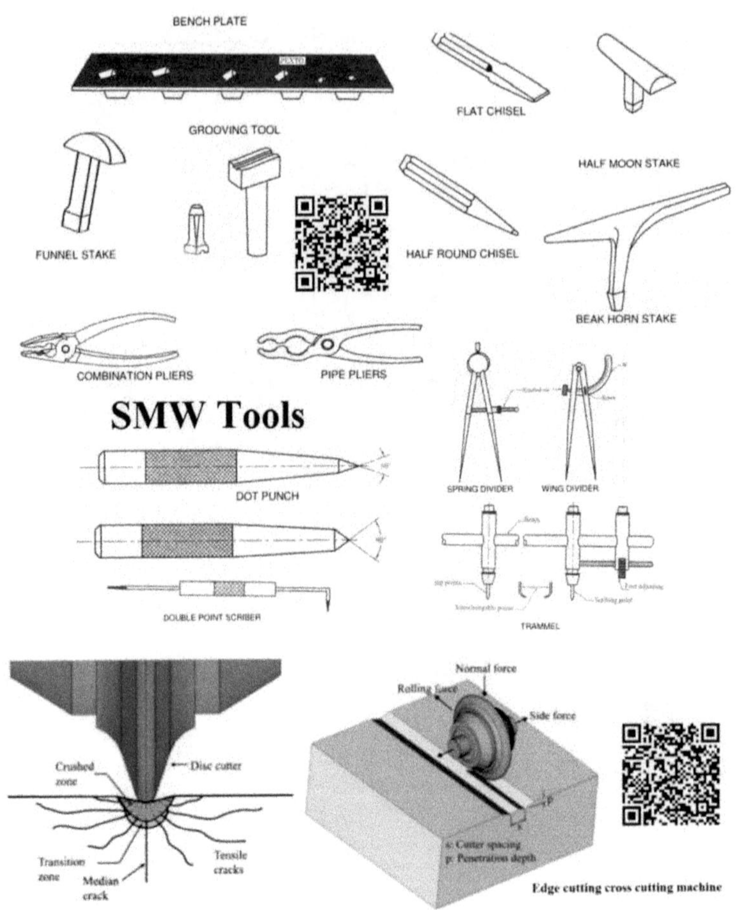
BENCH PLATE
FLAT CHISEL
GROOVING TOOL
HALF MOON STAKE
FUNNEL STAKE
HALF ROUND CHISEL
BEAK HORN STAKE
COMBINATION PLIERS
PIPE PLIERS
SMW Tools
DOT PUNCH
SPRING DIVIDER
WING DIVIDER
DOUBLE POINT SCRIBER
TRAMMEL
Normal force
Rolling force
Side force
Crushed zone
Disc cutter
Transition zone
Median crack
Tensile cracks
s: Cutter spacing
p: Penetration depth
Edge cutting cross cutting machine

CNC Press
Brake Machine

Plate Rolling Machine

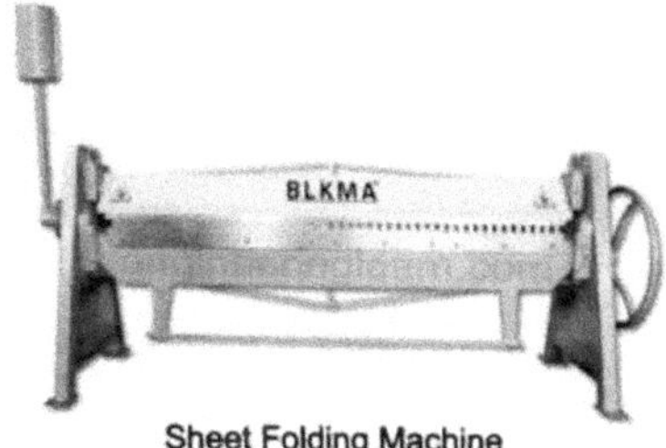

Sheet Folding Machine

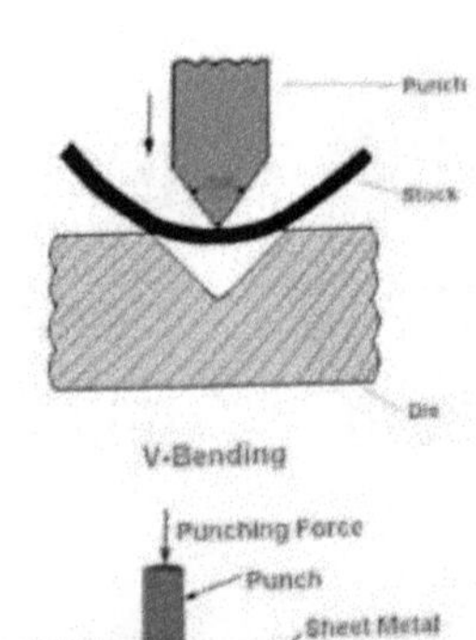

V-Bending

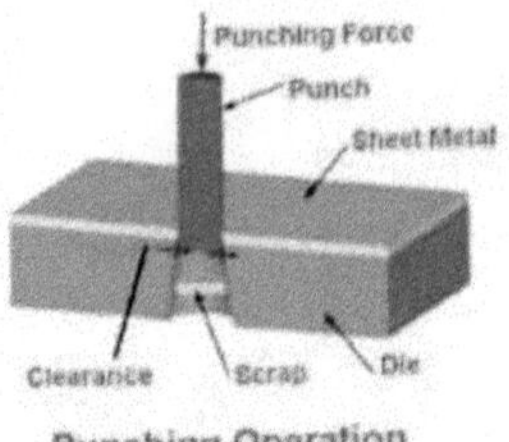

Punching Operation

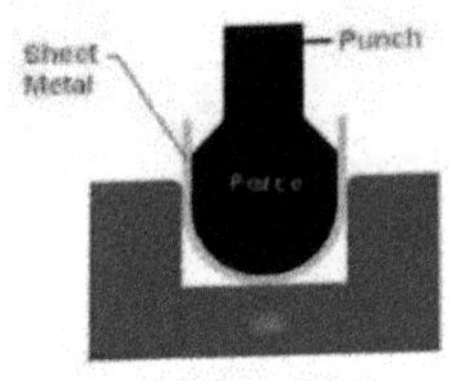

U-Bending

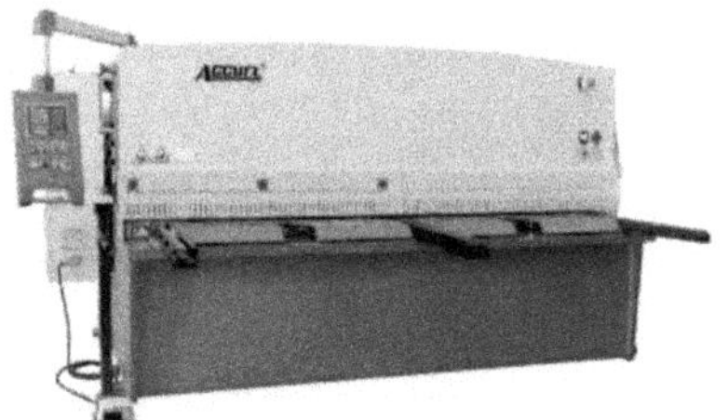

Hydraulic Shearing Machine

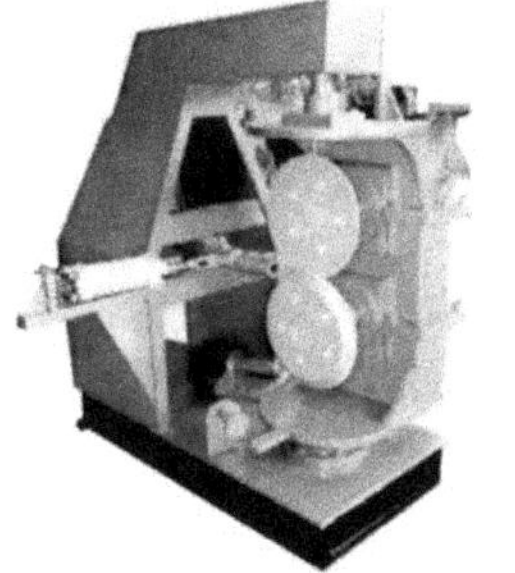

Rotary Shearing Machine

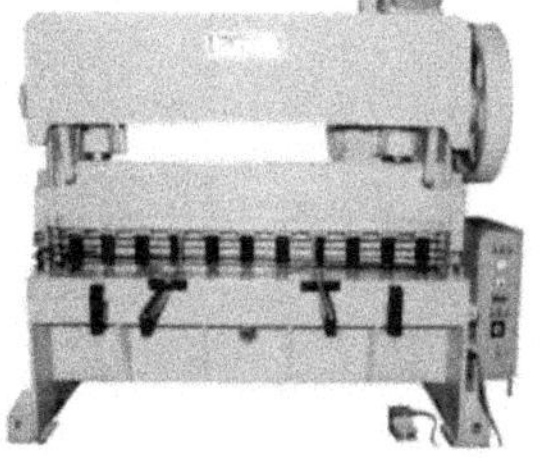

Pneumatic Shearing Machine

Metal Sheet
Bending Machine

Pipe Bending Machine

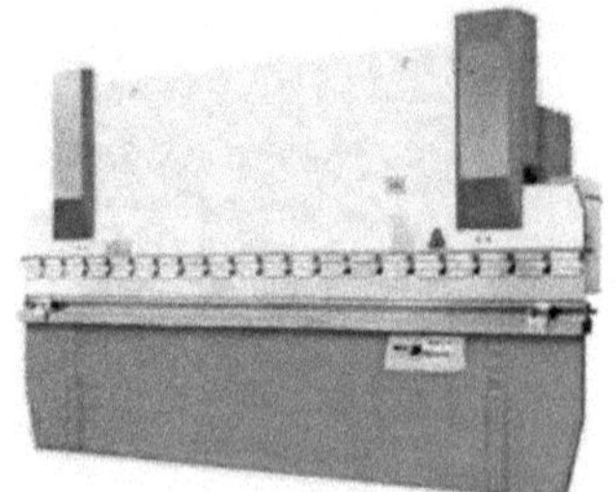

Hydraulic Press
Brake Machine

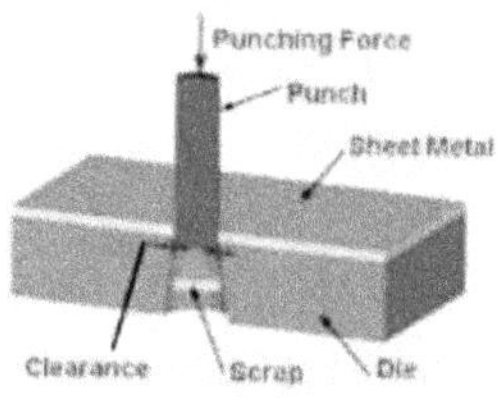

Punching Operation

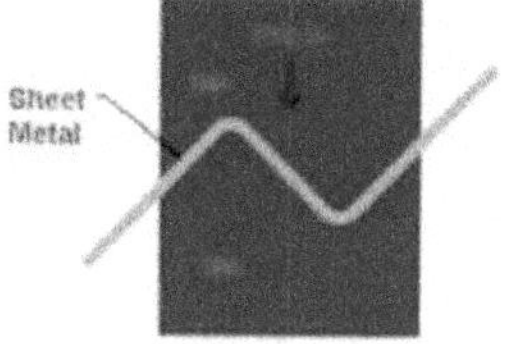


Offset Bending

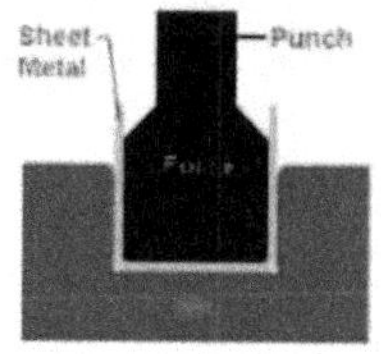

Channel Bending

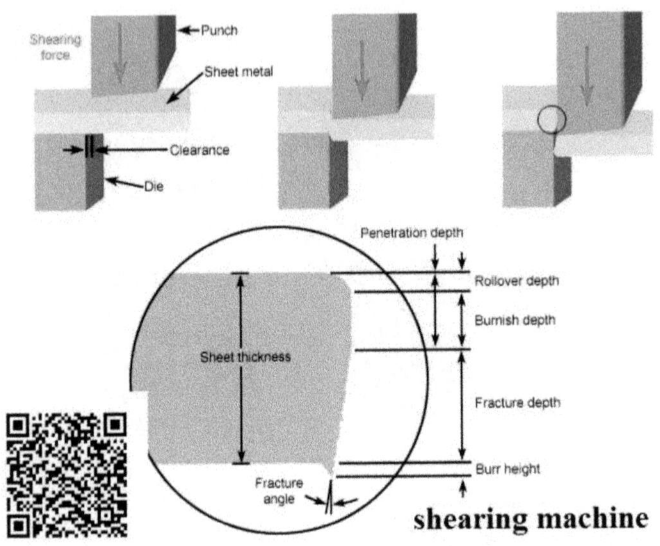
Shearing force
Punch
Sheet metal
Clearance
Die
Penetration depth
Rollover depth
Burnish depth
Sheet thickness
Fracture depth
Burr height
Fracture angle
shearing machine

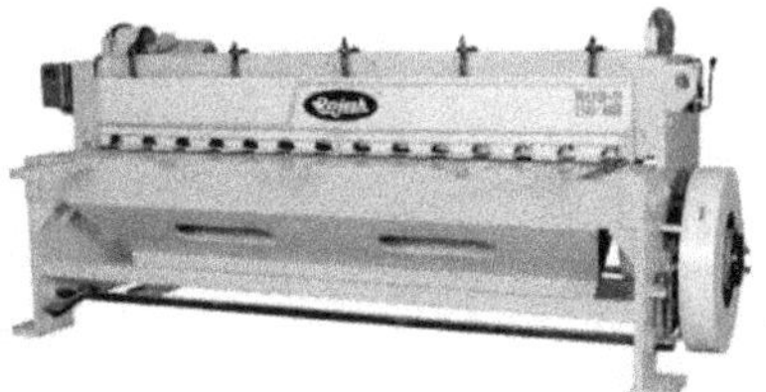

Mechanical Shearing Machine

Alligator Shearing Machine

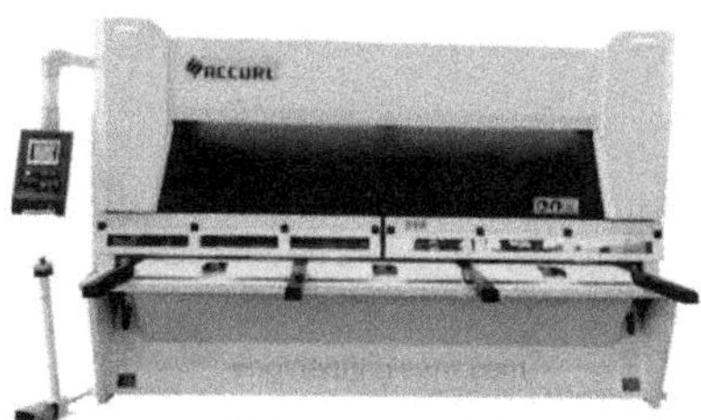


Guillotine Shearing Machine

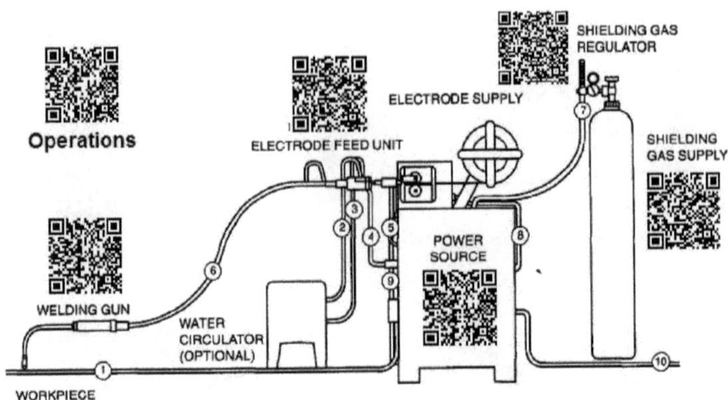


Gas Metal Arc Welding

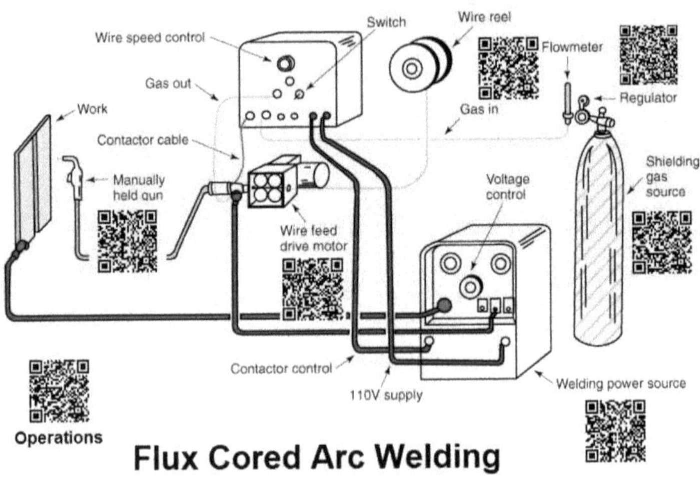


Flux Cored Arc Welding

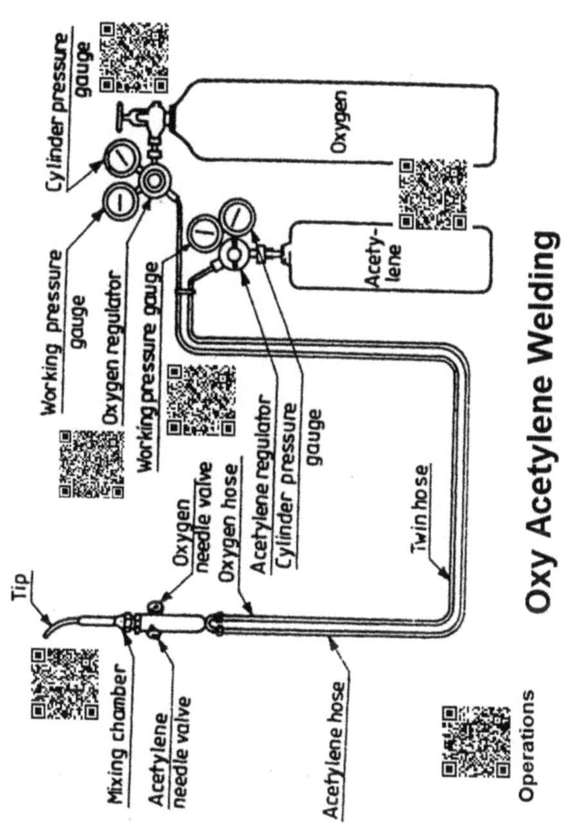


**Oxy Acetylene Welding**

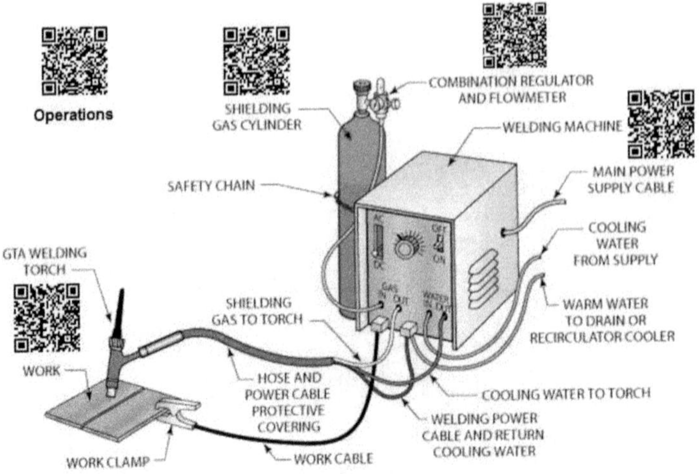


**GTAW EQUIPMENT**

**(GAS TUNGSTEN ARC WELDING)**

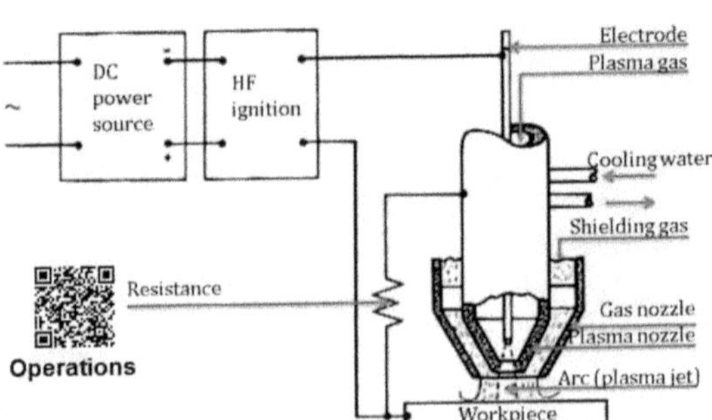


**Plasma Transferred Arc Welding**

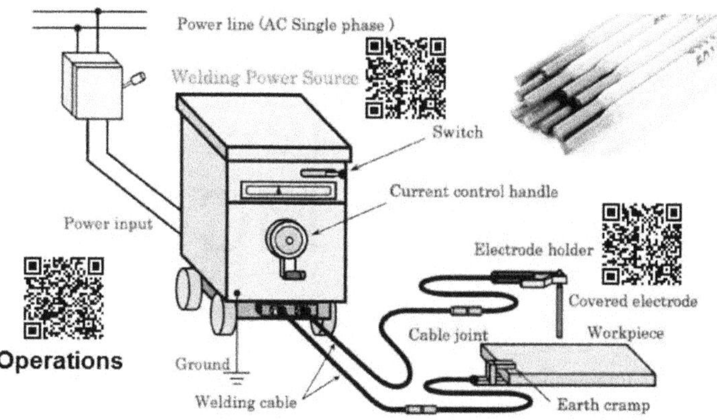


## Shielded Metal Arc Welding

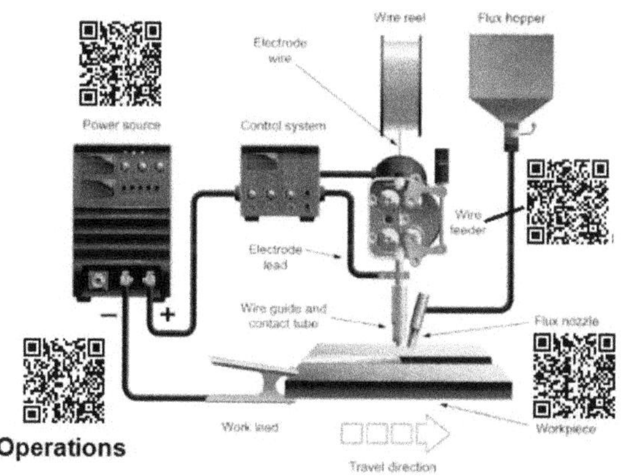


## Submerged Arc Welding

# 2

# शीट मेटल वर्कर SMW मराठी MCQ

कार्यशाळा सुरक्षा कोणती आहे?

अ] दुकानातीलमजलास्वच्छआणिग्रीस, तेलकिंवाइतरनिसरड्यापदार्थांपासूनमुक्तठेवा

ब] वेग बदलण्यापूर्वी मशीन थांबवा

C] फटाके किंवा चिरलेली साधने वापरू नका

ड] धावणारे मशीन हाताने थांबवण्याचा प्रयत्न करू नका

२] पर्सनल प्रोटेक्ट इक्विपमेंटमध्ये (पीपीई] हेल्मेट वापरले जाते

अ] डोकेसंरक्षितकरा

ब] डोळ्यांचे रक्षण करा

क] हातांचे संरक्षण करा

ड] कानांचे रक्षण करा

3] खालीलपैकी कोणते सामान्य सुरक्षिततेशी संबंधित आहे?

A चांगल्या वृत्तीचा कार्यकर्ता ठेवा

ब] काम स्वच्छ आणि स्पष्ट

क] आपल्या कामावर लक्ष केंद्रित करा

ड] मजलाआणिगँगवेस्वच्छआणिस्वच्छठेवा

4] दळताना डोळ्यांच्या संरक्षणासाठी कोणता वापर केला जातो?

अ] गडद हिरवा काच

ब] मुखवटा

क] सूर्याचा चष्मा

ड] सुरक्षागॉगल

5] खालीलपैकी कोणते मशीन सुरक्षिततेसाठी केले जाते?

अ] मशीनसुरूकरण्यापूर्वीतेलाचीपातळीतपासा

ब] पद्धतशीर पद्धतीने कामे करा

क] फरशी आणि गँगवे स्वच्छ आणि स्वच्छ ठेवा

ड] डाय आणि स्कार्फ वापरू नका

6] ln पर्सनल प्रोटेक्ट इक्विपमेंट (PPE], 'स्लीव्हज'चा वापर संरक्षणासाठी केला जातो
----------

चेहरा

ब] डोळे

क] कान

<u>ड] हात</u>

7] ABC म्हणजे --------------

अ] स्वयंचलित श्वास नियंत्रण

ब] स्वयंचलित रक्त नियंत्रण

<u>क] वायुमार्गातीलश्वासोच्छ्वासाचेअभिसरण</u>

ड] स्वयंचलित रक्त परिसंचरण

8] आग आणि आग विझवणारे

fire extingusher Fire Extingusher

अग्नीरोधक

9] "वर्ग ब" आग विझवण्यासाठी अग्निशामक यंत्राचे प्रकार वापरले जातात ............

<u>अ] कोरडीशक्ती</u>

ब] कार्बन डायऑक्साइड

क] पाण्याचा जेट

ड] फोम प्रकार

10] सामान्य आग विझवण्यासाठी कोणत्या प्रकारचे अग्निशामक यंत्र वापरले जाते?

<u>अ] पाण्याचेप्रकारविझविण्याचेयंत्र</u>

ब] फोम प्रकार एक्टिंग्विशर

क] कोरडी रासायनिक पावडर एक्टिंग्विशर

D] कार्बन डायऑक्साइड (C02] एक्टिंग्विशर

11] रक्तस्त्राव झाल्यास उपचार घ्या

डी] थंड 3" आणि विश्रांती

<u>अ] थंडपाण्याचीफवारणीकरा</u>

ब] लगेच मलमपट्टी -----.

ब] अपघात विचार उपचार बद्दल चौकशी

safety workshop safety

12] अपघात झाल्यास, पीडितेने आय.एम

अ] विश्रांती घेण्यास सांगितले

<u>क] तात्काळहजरझाले</u>

डी] त्याला सोडा

13] जखमी किंवा आजारी व्यक्तीला प्राथमिक उपचार दिले जातात....

अ] जीव वाचवा

ब] मफचा पुढील बिघाड टाळा

क] शक्य तितका आराम द्या

<u>ड] हेसर्व</u>

14] कचरा पेपर वेगळे करण्यासाठी डब्यांचा कलर कोड ----- आहे.

<u>अ]निळारंग</u>

ब] पिवळा रंग

क] लाल रंग

ड] हिरवा रंग

15] जपानी भाषेत सेको म्हणजे --------------

<u>अ] चमकणे</u>

ब] क्रमवारी लावा

क] प्रमाणीकरण

ड] टिकवणे

16] SS प्रणालीचा फायदा ------ आहे.

अ] उत्पादकतेत वाढ

ब] गुणवत्तेत वाढ

क] वेळेचा अपव्यय कमी करणे

<u>ड] हेसर्व</u>

17] सुरक्षा म्हणजे -----------

अ] कोणाचाही व्यवसाय नाही

ब] प्रत्येकशरीराचाव्यवसाय

क] काही शरीर व्यवसाय

ड] संस्थेचा व्यवसाय

18] मूलभूत श्रेणींसाठी सुरक्षा चिन्हे उपलब्ध आहेत "निषेध" चिन्हाचा अर्थ ----

अ] दाखवतेकीतेकेलेजाऊनये

ब] काय केले पाहिजे ते दाखवते

क] धोक्याची किंवा धोक्याची चेतावणी देते

ड] सुरक्षा तरतुदीची माहिती देते

18] एक मायक्रोमीटर (U] समान आहे...

अ] 0.1 मि.मी

ब] ०.०१ मिमी

C] 0.001 मिमी

ड] 0.0001 मिमी

19] स्लॉटची रुंदी मोजण्यासाठी कॅलिपर म्हणजे...

अ] विषम पाय कॅलिपर

ब] बाहेरील कॅलिपर

C] जेनी कॅलिपर

ड] कॅलिपरच्याआत

caliper hand tools

कॅलिपर

20] विभाजकांचा आकार ----------- द्वारे निर्दिष्ट केला जातो.

अ] पायांची एकूण लांबी

ब] पूर्णपणे उघडल्यावर बिंदूमधील अंतर

क] बिंदू नसलेल्या पायांची लांबी

D]पिव्होटआणिबिंदूमधीलअंतर

21] समांतर रेषा चिन्हांकित करण्यासाठी वापरलेले साधन आहे, डेटाम काठाच्या समांतर आहे -

अ] जेनीकॅलिपर

ब] विभाजक

क] बाहेरील कॉलीपर

ड] कॅलिपरच्या आत

22] खालीलपैकी कोणते एक अप्रत्यक्ष मोजण्याचे साधन आहे?

अ] बाहेरीलकॅलिपर

ब] व्हर्नियर कॅलिपर

क] पोलादी नियम

ड] बाहेरील मायक्रोमीटर

23] पातळ नळ्या कापण्यासाठी, हॅकसॉ ब्लेडची सर्वात योग्य पिच आहे...

अ] 1.8 मिमी

ब] 1.4 मिमी

क] 1 मि.मी

ड] 0.8 मि.मी

24] ठोस पितळ कापण्यासाठी, हॅकसॉ ब्लेडची सर्वात योग्य पिच आहे...

अ] 1.8 मिमी

ब] 1.4 मिमी

क] 1 मि.मी

ड] 0.8 मि.मी

hacksaw Hacksaw Frame Blade

हॅकसॉ फ्रेम

25] काही स्ट्रोक नंतर एक नवीन हॅकसॉ ब्लेड मुळे सैल होते ...

अ] ब्लेडचेताणणे

ब] विंग-नट धागे जीर्ण होत आहेत

C ] ब्लेडची चुकीची खेळपट्टी

ड] करवतीच्या संचाची अयोग्य निवड.

26] लहान व्यासाचे पाईप्स कापताना, नियमितपणे पाहणे आणि याची खात्री करणे उचित आहे ...

अ] कट वक्र रेषेच्या बाजूने आहे
ब] अधिककरवतीचेदातआकुंचनपावलेआहेत
क] काम जास्त तापलेले नाही
ड] हॅकसॉचे योग्य संतुलन राखले जाते
27] व्हाइस क्लॅम्पचा वापर यासाठी केला जातो...
अ] कठीण जबड्याचे रक्षण करा
ब] कामाचे तुकडे कडकपणे घट्ट करा
क] तयारपृष्ठभागसंरक्षितकरा
ड] जंगम जबडा दाखल होण्यास प्रतिबंध करा
28] चिन्हांकित करताना संदर्भ पृष्ठभाग प्रदान केला जातो ...
अ] पृष्ठभाग मापक
ब] वर्कपीस
क] कामाचे रेखाचित्र
D] मार्किंगटेबलपृष्ठभाग
29] अभियंत्याच्या वाइसचा आकार द्वारे निर्दिष्ट केला जातो ...
अ] जंगम जबड्याची लांबी
ब] जबड्याचीरुंदी
क] दुर्गुणाची उंची
ड] जबडा जास्तीत जास्त उघडणे
30] सार्वत्रिक पृष्ठभाग गेजचा भाग जो डेटाम काठावर समांतर रेषा काढण्यास मदत करतो.
अ] रॉकर हात
ब] स्नग
क] बारीक समायोजन स्क्रू
ड] मार्गदर्शकपिन

universal surface gauge

Surface Gauge

युनिव्हर्सल पृष्ठभाग गेज

31] स्क्राइबर बनलेले आहेत ...

अ] सौम्य पोलाद

ब] <u>उच्चकार्बनस्टील</u>

क] पितळ

ड] कास्ट लोह

32] हँडल फिक्स करण्यासाठी वापरल्या जाणाऱ्या हातोड्याचा भाग...

चेहरा

ब] पेन

क] गाल

ड] <u>डोळाछिद्र</u>

33] चिन्हांकित करण्याच्या हेतूने हातोड्याचे वजन आहे ...

अ] <u>250 ग्रॅम</u>

ब ] ५०० ग्रॅम

क] १ किग्रॅ

ड] 2 किग्रॅ

hammer Hammers

हातोडा

34] डिव्हायडर्सचा आकार द्वारे निर्दिष्ट केला जातो ...

अ] पायांची एकूण लांबी

ब] पूर्णपणे उघडल्यावर बिंदूमधील अंतर

क] बिंदूशिवाय पायांची लांबी

D] पिव्होटआणिबिंदूमधीलअंतर

35] 'V' ब्लॉकच्या खोबणीचा समाविष्ट केलेला कोन नेहमीच असतो....

अ] ४५०

ब] ६००

क] ९००

ड] 120०

36] 'V' ब्लॉक्सच्या ग्रेडमध्ये उपलब्ध आहेत...

अ] अआणिब

ब] अ, ब आणि क

क] १,२ आणि ३

ड] १ आणि २

37] 'B' ग्रेडचे 'V' ब्लॉक बनलेले आहेत

अ] कास्टलोह

ब] सौम्य पोलाद

क] पोलाद

ड] कास्ट स्टील

38] केंद्र शोधण्यासाठी वापरलेल्या पंचाचे नाव सांगा.

अ] प्रिक पंच ३०°

ब] प्रिक पंच ६०°

क] केंद्रपंच

ड] डॉट पंच

Centre punch 1 Punches

मध्यभागी पंच

39] केंद्र पंचाचा बिंदू कोन -------- आहे.

अ] ३०°

ब] ५०°

c] 900

ड] 1200

40] पंचांचा वापर --------- कोणत्याही आकाराचा बनवण्यासाठी केला जातो

अ] छिद्र

ब ] खाण

C] Knurling

ड] रीमिंग

41] साधारणपणे वाइसच्या हँडलची लांबी ---------- असते.

अ] वाइसच्या सामान्य आकाराच्या 1.5 पट

ब] वाइसच्यासामान्यआकाराच्या 2.5 पट

क] वाइसच्या सामान्य आकाराच्या 3.5 पट

ड] वाइसच्या सामान्य आकाराच्या 4.5 पट

bench vice Bench Vice

खंडपीठ उपाध्यक्ष

42] बेंच व्हाईस स्पिंडल ............ चे बनलेले असते.

अ] सौम्यपोलाद

ब] कास्ट लोह

क] साधन स्टील

ड] कांस्य

43] फाइल्सची उत्तलता मदत करते...

अ] अवतल पृष्ठभाग फाइल करण्यासाठी

ब] बहिर्वक्र पृष्ठभाग फाइल करण्यासाठी

क] कामाच्याकडागोलाकारटाळण्यासाठी

D] दाब लागू झाल्यावर सरळ होणारी फाईल

files 1 Files

फाईल्स

44] लाकूड, चामडे आणि इतर मऊ साहित्य भरण्यासाठी कोणती फाईल वापरली जाते?

अ] सिंगल कट फाइल

ब] डबल कट फाइल

c]रास्पकटफाइल

ड] वक्र कट फाइल

45] वापरलेली फाईल ------------ साठी वापरली जाते.

अ] कामाचा तुकडा साफ करणे

क] फाईलचे दात नूतनीकरण करणे

ब] फाईलचेदातसाफकरणे

ड] चिप्स साफ करणे

४६] फाइल कार्ड -------- यासाठी वापरले जाते.

अ] कामाचा तुकडा स्वच्छ करा

C] फाईलचे दात नूतनीकरण करा

ब] फाईलचेदातस्वच्छकरा

47] लेखकाचा बिंदू कोन ----------- आहे.

अ] ३०°

ब] ६०°

C] 5° ते 10°

D ] 12° ते 15°

48] कास्ट आयरनला चिपकण्यासाठी कटिंग अँगल आहे...

अ] ३७.५०

ब] 55◦

क] 60◦

ड] 90◦

chisel hand tools

49] छिन्नी सामग्रीमध्ये खोदेल जेव्हा...

अ] रेक कोन अधिक आहे

ब] क्लिअरन्स कोन खूप कमी आहे

क] झुकावकोनअधिकआहे

ड] झुकाव कोन खूप कमी आहे

५०] कटिंग एजला थोडासा बहिर्वक्रता दिला जातो...

अ] वक्र पृष्ठभाग कापून टाका

ब] टोकदार कोपरे कापून घ्या

क] टोकेखोदण्यासप्रतिबंधकरा

ड] वंगण आत येऊ द्या

51] सरफेस प्लेट्स कशापासून बनतात...

अ] उच्च दर्जाचे कास्ट स्टील

ब] बारीककच्चालोह

क] मिश्र धातु स्टील्स

ड] लोह

Surface plates hand tools

52] पृष्ठभाग प्लेट्स त्यांच्या लांबी आणि रुंदीनुसार निर्दिष्ट केल्या जातात आणि मध्ये असतात

अ] डेसिमीटर

ब] घनमीटर

<u>क] दंडगोलाकार</u>

53] कोन प्लेटच्या मशीन नसलेल्या भागावर बरगड्या दिल्या जातात...

अ] सुलभ हाताळणी

ब] उत्पादनात सोय

C] मशीनवर सेट करताना क्लॅम्पिंग

ड] <u>कडकपणाआणिविकृतीटाळण्यासाठी</u>

54] अँगल प्लेटवरील स्लॉट यासाठी दिले आहेत...

अ] वजन कमी करणे

ब] काम संरेखित करणे

क] हुक वापरून उचलणे

D] <u>सामावूनघेणारेबोल्ट</u>.

55] कोन प्लेट्सचा आकार द्वारे दर्शविला जातो ...

अ] वजन

ब] लांबी

क] लांबी x रुंदी

ड] <u>आकारक्रमांक</u>

56] सिमेंट कार्बाइड सारख्या मटेरियलवर हाय स्पीड पार्टिंग ऑफ कामासाठी

अ ] सर्व मशीन करा

ब] कापण्याचे यंत्र

<u>क] हेवीड्युटीपॉवरपाहिले</u>

ड] खाण यंत्र बसलेले पाहिले

57] तोफा हा तांब्याचा धातू आहे, ------------

<u>अ] कथीलआणिजस्त</u>

ब] शिसे आणि जस्त

क] झिंक आणि निकेल

ड] शिसे आणि निकेल

58] कास्ट आयर्नचा वापर मशीन बेड तयार करण्यासाठी केला जातो कारण -------

अ] तेअधिकसंकुचिततणावाचाप्रतिकारकरूशकते

ब] ते वजनाने जड असते

क] हा स्वस्त धातू आहे

ड] हा एक ठिसूळ धातू आहे

59] मायक्रोमेट्रिकच्या बाहेर मेट्रिकची अचूकता किंवा किमान गणना --------- आहे

अ] 0-1 मिमी

ब] 0.01 मिमी

C] 0.001 मिमी

ड] 0.02 मिमी

micrometer Out Side Micrometer

60 ] 1000 मायक्रॉन म्हणजे -----

अ] 1 मि.मी

ब] १ मी

क] 1000 मिमी

ड] 10 सें.मी

61] मेट्रिक मायक्रोमीटरमध्ये, थिमल ऍडव्हान्सची संपूर्ण क्रांती -----------

अ] 0.01 मिमी

ब] 0.25 मिमी

C] 0.50 मिमी

ड] 1.00 मि.मी

micrometer2 Out Side Micrometer

मायक्रोमीटर

62] मायक्रोमीटरमधील रॅचेट स्टॉप ------------ मदत करते.

अ] दाबनियंत्रितकरा

ब] स्पिंडल लॉक करा

C] शून्य त्रुटी समायोजित करा

ड] कामाचा तुकडा धरा

63] 1000 मायक्रॉन म्हणजे ------------

अ] 1 मि.मी

ब] १ मी

क] 1000 मिमी

ड] 10 सें.मी

64] मायक्रोमीटरच्या बाहेरील 50-75 मिमीचे शून्य वाचन किती आहे?

अ] 0.000 मिमी

ब] 0.01 मिमी

क] 25.00 मिमी

ड] 50.00 मिमी

65] मायक्रोमीटरच्या बाहेरील मेट्रिकच्या स्लीव्हवरील सर्वात लहान भागाचे मूल्य ----- आहे.

अ] 0.50 मिमी

ब] 1.00 मिमी

क] 1.50 मिमी

ड] 2.00 मिमी

66] मायक्रोमीटरमधील रॅचेट स्टॉप --------- मदत करते.

अ] दाबनियंत्रितकरा

ब] स्पिंडल लॉक करा

C] शून्य त्रुटी समायोजित करा

ड] कामाचा तुकडा धरा

67] डेप्थ मायक्रोमीटरची किमान संख्या आहे

अ] 0.5 मिमी

ब] 0.2 मिमी

C] 0.001 मिमी

<u>ड] 0.01 मिमी</u>

Depth micrometer 1 Depth Micrometer

खोली मायक्रोमीटर

68] व्हर्नियर कॅलिपरची सर्वात कमी संख्या आहे (मुख्य स्केल = 49 विभाग, व्हर्नियर स्केल = 50 विभाग)

अ] 0.1 मिमी

ब] 0.01 मिमी

C] 0.001 मिमी

<u>ड] 0.02 मिमी</u>

vernier calliper 1 Vernier Caliper 1

व्हर्नियर कॅलिपर

69] व्हर्नियर कॅलिपर वापरून केलेल्या मोजमापाचा प्रकार ------- आहे.

अ] थेट मोजमाप

<u>ब] अप्रत्यक्षमापन</u>

क] ९०"] (अ] ८१ (ब]

ड] यापैकी नाही

70] व्हर्नियर बेव्हल प्रोट्रॅक्टरची सर्वात कमी गणना आहे...

अ] १”

B ] 5‘

क] 1◦

ड] 5 ◦

71] व्हर्नियर बेव्हल प्रोट्रेक्टरचा भाग जो सामान्यतः कोन मोजण्यासाठी संदर्भ आधार म्हणून वापरला जातो ...

अ] ब्लेड

ब] साठा

क] डिस्क

क] मुख्य प्रमाण

vernier bevel protractor 3

Vernier Bevel Protractor

व्हर्नियर बेव्हल प्रोट्रेक्टर

72] व्हर्नियर बेव्हल प्रोटेक्टरचा भाग ज्यावर मुख्य प्रमाणात विभाजने चिन्हांकित केली जातात ...

अ] साठा

ब] डायल करा

क] डिस्क

ड] समायोज्य ब्लेड

73] बेव्हल प्रोट्रॅक्टरचा भाग, जो मापन करताना कलते पृष्ठभागाच्या संपर्कात येतो...

अ] ब्लेड

ब] साठा

क] डिस्क

ड] डायल

74] व्हर्नियर बेव्हल प्रोट्रॅक्टरच्या मुख्य स्केलच्या प्रत्येक भागाचे मूल्य आहे...

अ] ५’

ब] 1◦

क] 5◦

ड] 10◦

75] बेव्हल प्रोट्रॅक्टरच्या व्हर्नियर स्केलच्या प्रत्येक भागाचे मूल्य आहे...

अ] 1◦

ब] 1◦5‘

C] 1◦55’

D] 5‘

76] टेपर शँक ड्रिल मशीनवर याद्वारे धरले जातात ...

अ] चक

ब] बाही

क] वाहून जाणे

ड] वाइस

taper shank drills drilling machine

77] ड्रिल चक्स ड्रिलिंग मशीनच्या स्पिंडलवर एका... द्वारे बसवले जातात.

अ] नर्ल्ड रिंग

ब] आर्बर

क] वाहून जाणे

ड] पिनियन आणि किल्ली

78] ड्रिल्सवर दिलेला मोर्स टेपर...

A] MT 1 ते MT 5

ब] MT 1 ते MT 4

C] MT 0 ते MT 5

D] MT 0 ते MT 4

79] ड्रिफ्टचा वापर यासाठी केला जातो...

अ] ड्रिल स्थान काढणे

ब] मशीन स्पिंडलवर चक फिक्स करणे

क] कामातून तुटलेली ड्रिल काढणे

ड] मशीनस्पिंडलमधूनड्रिलकाढणे

80] जेव्हा ड्रिलची टेपर शँक मशीनच्या स्पिंडलपेक्षा मोठी असते, तेव्हा ड्रिल ठेवण्याचे साधन म्हणजे...

अ] ड्रिल स्लीव्ह

ब] <u>टेपरसॉकेट</u>

क] ड्रिल ड्रिफ्ट

ड] चक आणि कि

81] ड्रिलिंग मशीनमध्ये सौम्य स्टील ड्रिल करण्यासाठी योग्य कटिंग फ्लुइड आहे...

अ] सिंथेटिक विद्रव्य तेल

ब] स्वच्छ तेल

क] डिस्टिल्ड वॉटर

ड] <u>विद्राव्यतेल</u>

82] रेडियल ड्रिलिंग मशीनचे एक विशेष वैशिष्ट्य आहे...

अ] हे एचएसएस ड्रिलसह ड्रिलिंगसाठी वापरले जाऊ शकते

ब] टेबल कोणत्याही स्थितीत हलवले आणि सेट केले जाऊ शकते

C ] वेगाची विविधता उपलब्ध आहे

ड] <u>स्पिंडलकोणत्याहीस्थितीतआणलेजाऊशकते</u>

piller

drilling machine drilling-machine-spindle

83] ड्रिलचा बिंदू कोन यावर अवलंबून असतो...

अ] ड्रिलचा आकार

ब] यंत्राचा प्रकार

क] <u>कामाचेसाहित्य</u>

D] ड्रिलचा RPM

84] मानक ड्रिलसाठी बिंदू कोन आहे...

अ] 60◦

ब] 108◦

क] <u>118◦</u>

ड] 135◦

85] हेलिकल कोन ठरवतो...

अ] कटिंग अँगल

ब] कोन चघळणे

क] <u>रेककोन</u>

ड] ओठांचा कोन

86] ड्रिलचा क्लिअरन्स कोन दरम्यान आहे...

अ] 3◦ ते 5◦

ब] <u>8◦ ते 12◦</u>

क] 12◦ ते 20◦

ड] 15◦ ते 20◦

87] दुर्गम ठिकाणी (वीज उपलब्ध नाही) रेल्वे ट्रॅक ड्रिल करायचा आहे. योग्य ड्रिलिंग मशीन निवडा

अ] रेडियल ड्रिलिंग मशीन

ब] पिलर ड्रिलिंग मशीन

क] <u>रॅचेटड्रिलिंगमशीन</u>

ड] संवेदनशील ड्रिलिंग मशीन

drilling drilling machine

ड्रिलिंग

88] कॅबिनेट बनवण्यासाठी सुताराने वापरलेले ड्रिलिंग मशीन म्हणजे...

अ] रॅचेट ड्रिलिंग मशीन

ब] रेडियल ड्रिलिंग मशीन

क] <u>स्तनड्रिलिंगमशीन</u>

ड] संवेदनशील ड्रिलिंग मशीन

89] वीज उपलब्ध नसलेल्या ठिकाणी छिद्र पाडण्यासाठी खालीलपैकी कोणते ड्रिलिंग मशीन वापरले जाते?

अ] बेंच ड्रिलिंग मशीन

ब] पिलर ड्रिलिंग मशीन

क] ड्रिलिंग मशीन पुन्हा डायल करा

D ]रॅचेटड्रिलिंगमशीन

90] खालीलपैकी कोणते ड्रिलिंग मशीन हेवी ड्युटी कामासाठी वापरले जाते?

अ] बेंच ड्रिलिंग मशीन

ब] पिलर ड्रिलिंग मशीन

क] रेडियलड्रिलिंगमशीन

ड] इलेक्ट्रिक हँड ड्रिलिंग मशीन

91] ड्रिल चक मशीनच्या स्पिंडलवर ------ च्या माध्यमातून धरले जातात.

अ] आर्बर

ब] वाहून जाणे

क] ड्रॉ-इन बार

ड] चक नट

92] संवेदनशील बेंच ड्रिलिंग मशीनमध्ये ---- द्वारे भिन्न वेग प्राप्त केले जातात.

अ] बेल्टपुलीयंत्रणा

ब] हायड्रोलिक यंत्रणा

क] रॅक आणि पिनियन यंत्रणा

ड] कॅम आणि अनुयायी यंत्रणा

103] तोफा धातू हा तांब्याचा मिश्र धातु आहे, ------------

अ] कथीलआणिजस्त

ब] शिसे आणि जस्त

क] झिंक आणि निकेल

ड] शिसे आणि निकेल

104] गटर, छताचे फ्लॅशिंग, हुड इत्यादी बनवण्यासाठी.

अ] गॅल्वनाइज्ड लोह

ब] स्टेनलेस स्टील

क] तांब्याचे पत्र

ड] धातूची पत्रके

105] डेअरी मध्ये. फूड प्रोसेसिंग, किचन वेअर इ.

अ] गॅल्वनाइज्ड लोह

ब] स्टेनलेस स्टील

क] तांब्याचे पत्र

ड] धातूची पत्रके

106] बादल्या, हीटिंग डक्ट, कॅबिनेट इत्यादी बनवण्यासाठी.

अ] गॅल्वनाइज्ड लोह

ब] स्टेनलेस स्टील

क] तांब्याचे पत्र

ड] धातूची पत्रके

107] एका शीटमध्ये अनेक छिद्र पाडणे याला काय म्हणतात?

अ) छिद्रपाडणे

ब) विभक्त होणे

c) नॉचिंग

ड) लॅन्सिंग

108] शीटचे दोन किंवा अधिक तुकडे करणे याला काय म्हणतात?

अ) छिद्र पाडणे

ब) विभक्तहोणे

c) नॉचिंग

ड) लॅन्सिंग

109] कातरण्याच्या ऑपरेशनमध्ये काठावरुन तुकडे काढणे याला काय म्हणतात?

अ) छिद्र पाडणे

ब) विभक्त होणे

c) नॉचिंग

ड) लॅन्सिंग

110] कोणतेही साहित्य न काढता टॅब सोडणे याला काय म्हणतात?

अ) छिद्र पाडणे

ब) विभक्त होणे

c) नॉचिंग

ड) लॅन्सिंग

111] एका लहान सरळ पंचाला वर आणि खाली वेगाने डायमध्ये हलवणे ही प्रक्रिया कोणत्या नावाने ओळखली जाते?

अ) छिद्र पाडणे

ब) विभक्त होणे

c) निबलिंग

ड) लॅन्सिंग

112] पत्र्याची जाडी जसजशी वाढेल तसतसे क्लिअरन्सही लागेल का?

अ) वाढ

ब) कमी होणे

c) प्रभाव नाही

ड) प्रथम घट मग वाढ

113] बेव्हलिंग विशेषतः कातरणे योग्य आहे?

अ) पातळ रिक्त जागा

b) <u>जाडरिक्तजागा</u>

c) अतिशय पातळ रिक्त जागा

ड) उल्लेखित पैकी काहीही नाही

114] खालीलपैकी कोणता डायचा प्रकार आहे?

अ) साधा मृत्यू

ब) प्रगतीशील मरतात

c) कंपाऊंड डाय

ड) <u>उल्लेखितसर्व</u>

115] खालीलपैकी कोणता डाय ब्लँकिंग, पंचिंग, नॉचिंग इत्यादी अनेक ऑपरेशन्स करू शकतो?

अ) साधा मृत्यू

ब) <u>प्रगतीशीलमरतात</u>

c) कंपाऊंड डाय

ड) उल्लेखित पैकी काहीही नाही

182] खालीलपैकी कोणते फक्त धाग्याचे योग्य स्वरूप पूर्ण करण्यासाठी आणि राखण्यासाठी वापरले जाते?

<u>एकनळ</u>

ब] थ्रेडिंग साधन

क] थ्रेडिंग चेझर

ड] टिपलेले साधन

188] एक मृत्यू ज्यामध्ये एका स्ट्रोकमध्ये एकापेक्षा जास्त कटिंग ऑपरेशन्स तयार होतात

अ] छेदून मरणे

ब] पुरोगामी मरतात

क] संयोजन मरतात

ड] <u>कंपाऊंड मरणे</u>

189] एक डाय ज्यामध्ये प्रत्येक स्ट्रोकमध्ये कटिंग आणि नॉन कटिंग ऑपरेशन्स केल्या जातात.

अ] छेदून मरणे

ब ] पुरोगामी मरतात

क] <u>संयोजन गरतात</u>

ड] कंपाऊंड मरणे

tap and die1 Tap Die

डाय टॅप करा

190] एक मृत्यू ज्यामध्ये कामावर दोन किंवा अधिक स्थानकांवर दोन किंवा अधिक अनुक्रमिक ऑपरेशन केले जातात.

अ] छेदून मरणे

ब] <u>पुरोगामी मरतात</u>

क] संयोजन मरतात

ड] कंपाऊंड मरणे

191] एक डाय ज्यामध्ये पंच आणि डायचे आकार कमी किंवा कोणत्याही धातूच्या प्रवाहासह थेट धातूमध्ये पुनरुत्पादित केले जातात.

अ] पुरोगामी मरतात

ब] संयोजन मरतात

क] कंपाऊंड मरतात

ड] <u>फॉर्मिंग मरणे</u>

192] कोणत्याही आकाराची छिद्रे तयार करण्यासाठी डाय वापरला जातो.

अ] <u>छेदून मरणे</u>

ब] पुरोगामी मरतात

क] संयोजन मरतात

ड] कंपाऊंड मरणे

1 93] ॲब्रेसिव्हचे वर्गीकरण ............ मध्ये केले जाते.

<u>अ] दोनप्रकार</u>

ब] तीन प्रकार

c] एक प्रकार

ड] चार प्रकार

194] ------------------- वरून बनवलेली ग्राइंडिंग व्हील्स सर्वात सामान्य आहेत कारण त्याच्या मुक्त आणि थंड कटिंग क्रियेमुळे.

<u>अ] ॲल्युमिनियमऑक्साईड</u>

ब] सिलिकॉन ऑक्साईड

C] अमोनियम ऑक्साईड

ड] कार्बाइड.

195] खालीलपैकी कोणता अपघर्षक बहुधा धातू नसलेल्या वस्तू कापण्यासाठी चाके कापण्यासाठी वापरला जातो?

अ] ॲल्युमिनियम ऑक्साईड

ब] सिलिकॉनकार्बाइड

क] हिरा

ड] वरीलपैकी नाही

196] टंगस्टन कार्बाइड टूल इन्सर्ट पीसण्यासाठी कोणता अपघर्षक कण वापरला जातो?

अ] सिलिकॉनकार्बाइड

ब] ए|२०३

क] हिरा

ड] कोरंडम

197] खालीलपैकी कोणते नैसर्गिक अपघर्षक आहे?

अ] ॲल्युमिनियम ऑक्साईड

ब] सिलिकॉन

C] बोरॉन कार्बाइड

D ]कोरंडम

198] खालीलपैकी कोणते उत्पादित अपघर्षक आहे?

अ] कोरंडम.

ब] क्वार्ट्ज

क] सिलिकॉन

ड] एमरी

199] स्टील फिटिंग पीसण्यासाठी कोणता अपघर्षक कण वापरला जातो?

अ] सिलिकॉन कार्बाइड

ब] ॲल्युमिनियमऑक्साईड

क] हिरा.

ड] बोरॉन ऑक्साईड

200] काँक्रीटचे दगड आणि गवंडी कापण्यासाठी चाकाचा कोणत्या प्रकारचा अपघर्षक कट वापरावा?

अ] सिलिकॉन

ब] Al203

क] डायमंडग्रिट

ड] काच

201] ॲल्युमिनियम ऑक्साईड चाक पीसण्यासाठी वापरले जाते ------------

अ] कास्ट लोह

ब] सिमेंट कार्बाइड.

क] HSS'

ड] सिरॅमिक

202] टिप केलेल्या उपकरणाच्या ऑफहँड ग्राइंडिंगसाठी योग्य हिऱ्याच्या चाकाचा बंध ........... आहे.

अ] रेझिनोइड

ब ] विट्रिफाइड

क] शेलॅक

ड] धातू

Grinding wheels 1 bench grinder-wheel

ग्राइंडिंग व्हील

318] प्रति इंच थ्रेड्सची संख्या a सह तपासली जाऊ शकते

अ] टूल गेज

ब] मोजणी करून मेट्रिक नियम

क] रिंग गेज

ड] स्क्रूपिचगेज

screw pitch gauge Screw Pitch Gauge

स्क्रूपिचगेज

319] थ्रेडिंग करताना, कॅरेज मार्गाने हलविली जाते

अ] ट्रॅकवर एक गियर ट्रेन

ब] फीड रॉड स्प्लाइन किंवा की-वे

सी] <u>लीडस्क्रूथ्रेड</u>

ड] हाताचे चाक

320] थ्रेड चेझर्ससाठी वापरले जातात

अ] धाग्यांचे जलद उत्पादन

ब] <u>धाग्याचेअचूकस्वरूपराखणे</u>

क] कठीण पदार्थांवर धागे कापणे

डी] मऊ पदार्थांवर धागे कापणे

प्रश्न 1. खालीलपैकी कोणते अपघाताचे कारण नाही

अ). <u>धोक्याचीजाणीव</u>

ब). सुरक्षिततेकडे दुर्लक्ष

सी). योग्य सुरक्षा प्रक्रिया समजून घेण्याची कमतरता

डी). साधनांचा अयोग्य वापर

प्रश्न 2. जर तुमच्या मित्राला विजेचा जोरदार धक्का बसला तर पहिली कृती काय आहे

अ). थेट कंडक्टरकडून मित्राला ओढा

ब). मित्र जळू नये म्हणून पाणी घाला

सी). प्रथमोपचार पेटी आणा

डी). <u>विद्युतप्रवाहताबडतोबबंदकरा</u>

प्रश्न 3. खालील जुळवा - सुरक्षितता चिन्हे आकार

(i) निषेध चिन्ह (p) त्रिकोणी

(ii) चेतावणी चिन्ह (q) चौरस

(iii) माहिती (r) डेटा

अ). <u>(i) - (r) ; (ii) - (p); (iii) - (q)</u>

ब). (i) - (p); (ii) - (r) ; (iii) - (q)

सी). (i) - (r) ; (ii) - (q) ; (iii) - (p)

डी). (i) - (q) ; (ii) - (p); (iii) - (r)

प्रश्न 4. आकृतीत दाखवल्याप्रमाणे चेतावणी चिन्ह ओळखा -

अ). स्फोटाचा धोका

ब). इलेक्ट्रिक शॉकचा धोका

सी). <u>आयनीकरणरेडिएशनचाधोका</u>

डी). आगीचा धोका

Q 5. धातूच्या गोलाकार तुकड्यावर धार फिरवण्याच्या प्रक्रियेला म्हणतात

अ). बुरिंग

ब). बीडिंग

सी). तयार करणे

डी). प्लॅनिशिंग

प्रश्न 6. खालील जुळवा - संयुक्त भत्त्याचे प्रकार

(i) ग्रूव्हड जॉइंट (G) (p) 2W+3T

(ii) पॅनडाउन जॉइंट (P) (q) 2W+2T

(iii) नॉक अप जॉइंट (K) (r) W

अ). (i) - (r) ; (ii) - (p); (iii) - (q)

ब). (i) - (p); (ii) - (r) ; (iii) - (q)

सी). (i) - (r) ; (ii) - (q) ; (iii) - (p)

डी). (i) - (q) ; (ii) - (p); (iii) - (r)

प्रश्न 7. खालीलपैकी कोणत्या पद्धतीने, कडा कडक करणे शक्य आहे,

अ). वायरिंग

ब). Flanging

सी). कर्लिंग

डी). या सर्व

प्रश्न 8. खालीलपैकी कोणता काठ कडक करण्याचा उद्देश नाही

अ). कडांना अतिरिक्त ताकद आणि कडकपणा देण्यासाठी

ब). सुरक्षितहाताळणीसाठीतीक्ष्णकडाप्रदानकरण्यासाठी

सी). कडा वाकण्यापासून/बकल करण्यापासून रोखण्यासाठी

डी). हाताळणी दरम्यान नुकसान पासून कडा टाळण्यासाठी.

प्र 9. ________________ हा साहित्याचा तुकडा आहे, जो अचूक आकार आणि आकारात कापून इच्छित वस्तू तयार करतो.

अ). नमुना

ब). मांडणी

सी). ताण देणे

डी). विभाग

प्रश्न 10. पंच __________ चे बनलेले असतात.

अ). स्टेनलेस स्टील

ब). साधनस्टील

सी). सौम्य स्टील

डी). ओतीव लोखंड

प्रश्न 11. खालीलपैकी कोणता रिव्हेटचा भाग नाही

अ). डोके

ब). शरीर

सी). शेपूट

डी). <u>तांग</u>

Q 12. ____________ रिव्हेटचा वापर धातूच्या पृष्ठभागावरील रिव्हेटच्या डोक्याची उंची कमी करण्यासाठी केला जातो.

अ). <u>अळंबीचावरचाभाग</u>

ब). स्नॅप डोके

सी). पॅन डोके

डी). काउंटरस्कंक डोके

प्र 13. आकृतीत दाखवल्याप्रमाणे रिव्हेट ओळखा -

अ). <u>पॅनडोके</u>

ब). काउंटरस्कंक डोके

सी). स्नॅप डोके

डी). अळंबीचा वरचा भाग

प्रश्न 15. सोल्डरिंगमध्ये, ______________ हे प्रामुख्याने स्टेनलेस स्टीलसाठी फ्लक्स म्हणून वापरले जाते.

अ). <u>फॉस्फरिकआम्ल</u>

ब). हायड्रोक्लोरिक आम्ल

सी). झिंक क्लोराईड

डी). अमोनियम क्लोराईड

प्रश्न 16. पितळ, तांबे आणि दागिने सोल्डरिंगसाठी कोणत्या प्रकारची सोल्डर वापरली जाते

अ). सामान्य सोल्डर

ब). खडबडीत सोल्डर

सी). बारीक सोल्डर

डी). <u>अतिरिक्तबारीकसोल्डर</u>

प्रश्न 18. चांदीच्या सोल्डरचा वितळण्याचा बिंदू______ आहे.

अ). <u>३५०°से</u>

ब). ४००°से

सी). 600°C

डी). 850°C

प्र 19. ब्लो लॅम्पची टाकी _________ चे बनलेले आहे.

अ). कांस्य

ब). पितळ

सी). सौम्य स्टील

डी). ओतीव लोखंड

प्र 20. आकृतीत दाखवल्याप्रमाणे ब्लो लॅम्पचा X घटक ओळखा -

अ). प्रेशर रिलीझ वाल्व

ब). सपोर्ट ब्रॅकेट

सी). फिलर कॅप

डी). बर्नरगृहनिर्माण

Q 21. आकृतीत दाखवल्याप्रमाणे पाईप जॉइंटचा प्रकार ओळखा -

अ). टीसंयुक्त

ब). शाखा संयुक्त

सी). एल कोपर संयुक्त एल

डी). Y संयुक्त Y

प्र 22. रोटरी कटरच्या जोडीने ________ शीट मेटल कापण्यासाठी रोटरी शिअर डिझाइन केले आहेत, जे फिरतात आणि सतत कटिंग क्रिया निर्माण करतात.

अ). सरळ रेषा

ब). वर्तुळ

सी). वक्र रेषा

डी). सरळरेषा, वर्तुळआणिवक्ररेषा

Q 23. खालीलपैकी कोणते मोजमापाचे साधन नाही

अ). चौरसवापरूनपहा

ब). स्टील नियम

सी). ट्रॅमेल

डी). मायक्रोमीटर

प्र 24. ट्राय स्क्वेअरद्वारे मोजमापाची अचूकता प्रति 10 मिमी लांबी सुमारे ______ आहे.

अ). 0.001 मिमी

ब). 0.002 मिमी

सी). 0.005 मिमी

डी). 0.010 मिमी

Q 25. संयोजन संचामध्ये, ____________ फिरवता येतो आणि कोणत्याही आवश्यक कोनात सेट करता येतो.

अ). चौकोनी डोके

ब). संरक्षकडोके

सी). केंद्र प्रमुख

डी). नियम

प्र 26. विभाजकांचा आकार ___________ पासून असतो.

अ). 50 मिमी ते 100 मिमी

ब). 50 मिमीते 200 मिमी

सी). 50 मिमी ते 300 मिमी

डी). 50 मिमी ते 600 मिमी

Q 28. ऑक्सि-ॲसिटिलीन गॅस वेल्डिंगमध्ये, ऑक्सिजन सिलेंडर _________ च्या दरम्यानच्या दाबासह ____ क्षमतेपर्यंत वायू साठवू शकतो.

अ). 7 m3; 120-150 kg/cm2

ब). 6 m3; १५-१६ किलो/सेमी २

सी). 7 m3; 12-15 kg/cm2

डी). 6 m3; 150-160 kg/cm2

प्रश्न 30. ऑक्सी एसिटिलीन गॅस वेल्डिंग करताना ॲसिटिलीन सिलेंडर कोणत्या स्थितीत ठेवावा

अ). सरळसरळ

ब). क्षैतिज

सी). कललेल्या स्थितीत

डी). यापैकी एकही नाही

प्रश्न 31. आकृतीमध्ये दर्शविल्याप्रमाणे उपकरणे ओळखा -

अ). स्पार्क फिकट

ब). इलेक्ट्रोडधारक

सी). पृथ्वी पकडीत घट्ट

डी). टिप क्लिनर

प्रश्न 32. गॅस वेल्डिंग ब्लो पाईपचे नोजल _________ चे बनलेले आहे.

अ). तांबे

ब). लोखंड

सी). पितळ

डी). ॲल्युमिनियम

प्रश्न 33. खालीलपैकी कोणते गॅस वेल्डिंगमधील फ्लक्सचे कार्य आहे

अ). विरघळणारे ऑक्साईड

ब). स्वच्छता

सी). अशुद्धता टाळण्यासाठी

डी). यासर्व

Q 34. आर्क वेल्डिंगमध्ये उष्णतेचा स्रोत काय आहे

अ). घर्षण

ब). विद्युतदाब

सी). वीज

डी). वायू

प्रश्न 35. ऑक्सिजन गॅस सिलेंडरचा रंग __________ आहे.

अ). हिरवा

ब). निळा

सी). लाल

डी). काळा

प्रश्न 36. खालीलपैकी कोणता डोव्हटेल सीमचा प्रकार नाही

अ). साधा

ब). बाहेरील कडा

सी). स्लिप

डी). मणी असलेला

प्र 37. शीट मेटलच्या कामात अॅल्युमिनियम फॅब्रिकेशन वापरले जाते कारण -

अ). ते वजनाने हलके असते

ब). हे गंजण्यास प्रतिरोधक आहे

सी). त्यावर प्रक्रिया करणे सोपे आहे

डी). यासर्व

प्रश्न 39. खालीलपैकी कोणता अॅल्युमिनियमचा गुणधर्म नाही

अ). ते हायड्रोक्लोरिक ऍसिडमध्ये सहज विरघळते

ब). त्याचे विशिष्ट गुरुत्व सुमारे 2.7 आहे

सी). हाएकचुंबकीयपदार्थआहे

डी). हे उष्णता आणि विजेचे खूप चांगले वाहक आहे

प्र 40. तांब्याचा वितळण्याचा बिंदू_______ आहे.

अ). 1063°C

ब). 1083°C

सी). ६६०°से

डी). २३०० °से

Q 41. खालीलपैकी कोणता अॅल्युमिनियमचा वापर नाही

अ). हे स्टीलच्या उत्पादनात कमी करणारे एजंट म्हणून वापरले जाते

ब). हे स्टीलच्या कास्टिंगमध्ये वापरले जाते

सी). हेइलेक्ट्रिकलइन्सुलेटरच्यानिर्मितीमध्येवापरलेजाते

डी). हे पावडर स्वरूपात पेंट्सच्या निर्मितीमध्ये वापरले जाते

Q 42. कोणत्या पॅटर्न डेव्हलपमेंट पद्धतीचा वापर गरम करण्यासाठी केला जातो, वायुवीजन, आणि वातानुकूलन (HVAC) डक्ट काम

अ). समांतर रेषा पद्धत

ब). रेडियललाइनपद्धत

सी). त्रिकोणी पद्धत

डी). भौमितिक बांधकाम पद्धत

प्रश्न 43. _____________ हे स्फोटक कारखाने आणि पेट्रोलियम रिफायनरीजमध्ये वापरले जाते.

अ). वायवीयहँडड्रिल

ब). इलेक्ट्रिक हँड ड्रिल (लाइट ड्युटी)

सी). इलेक्ट्रिक हँड ड्रिल (हेवी ड्युटी)

डी). या सर्व

Q 44. खालीलपैकी कोणते सिंथेटिक विद्रव्य कटिंग तेल लोह, पोलाद, मिश्र धातु नसलेले आणि निकेल क्रोम स्टील पीसण्यासाठी योग्य आहे?

अ). सर्व्होसिंथ २

ब). सर्व्होसिंथ 3

सी). सर्व्होसिंथ ४

डी). सर्व्होसिंथ 5

Q 45. प्रेस ब्रेक हे रेट केलेल्या क्षमतेवर वाकण्यासाठी डिझाइन केलेले आहेत a वर अवलंबून

_____ चे डाय रेशो, जे आदर्श स्थिती म्हणून स्वीकारले जाते.

अ). ४:१

ब). ६:१

सी). ८:१

डी). १०:१

Q 46. बार वापरून शीट फोल्ड करताना ऑपरेशनचा योग्य क्रम

फोल्डर आहेत -- 1. वर्क पीस सेट करणे 2. फोल्डिंग 3. क्लॅम्पिंग 4. काम काढून टाकणे

अ). 1-2-3-4

ब). 1-3-2-4

सी). 1-2-4-3

डी). 1-3-4-2

Q 47. युनिव्हर्सल स्वेजिंग मशीनमध्ये, रुंदी सेट करण्यासाठी __________ चा वापर केला जातो

फ्लँजचे आणि डिस्कला एकसमान फ्लँगिंग मिळविण्यासाठी मार्गदर्शन करणे.

अ). रोलर्ससाठी लॉकिंग नट

ब). रोलर्सचा संच

सी). कडकस्क्रूसहगेजप्लेट

डी). अप्पर रोलर समायोजित हँडल

प्रश्न 48. युनिव्हर्सल स्वेजिंग मशिनवर केलेले ऑपरेशन म्हणून ओळखा

आकृतीत दाखवले आहे

अ). Flanging

ब). बुरिंग

सी). सपाटीकरण

डी). कोपर कडा

Q 49. तीन रोल फॉर्मिंग मशीनमध्ये, हेवी गेज शीट्स आणि प्लेट्स _____ द्वारे तयार होतात

अ). साधाफॉर्मिंगमशीन

ब). स्लिप रोल फॉर्मिंग मशीन

सी). पिरॅमिड प्रकार रोल फॉर्मिंग मशीन

डी). या सर्व

Q 50. फ्लाय प्रेसमध्ये, फ्लाय आर्मच्या रोटरी हालचालीचे रूपांतर हाताच्या ___________ हालचालीमध्ये होते.

अ). oscillating

ब). अनुवादक

सी). परस्पर

डी). परिपत्रक

प्रश्न 51. लहान तुकड्याचा भाग ड्रिल करताना खालीलपैकी कोणते जिग वापरले जाऊ शकते

अ). घनजिग

ब). पोस्ट जिग

सी). टेबल जिग

डी). सँडविच जिग

प्रश्न 52. स्क्रू ड्रायव्हर्स अनेक आकारात उपलब्ध आहेत, ते __________ च्या ब्लेड लांबीपर्यंत.

अ). 25 मिमी ते 500 मिमी

ब). 30 मिमी ते 300 मिमी

सी). 30 मिमी ते 500 मिमी

डी). <u>25 मिमीते 300 मिमी</u>

Q 53. खालीलपैकी कोणता काच कृत्रिम रत्ने, इलेक्ट्रिक बल्ब, लेन्स आणि प्रिझम तयार करण्यासाठी वापरला जातो?

अ). <u>पोटॅश-लीडग्लास</u>

ब). पोटॅश-चुना ग्लास

सी). सोडा-चुना ग्लास

डी). सामान्य काच

Q 54. DC वेल्डिंगमध्ये, उष्णतेचा ___ अनुक्रमे सकारात्मक टोकापासून आणि ____ नकारात्मक टोकापासून मुक्त होतो. |

अ). १/३ ; 2/3

ब). <u>२/३ ; 1/3</u>

सी). १/२; 1/2

डी). ३/४ ; 1/4

Q 55. AC वेल्डिंग ट्रान्सफॉर्मरमध्ये, AC मुख्य पुरवठा असतो

अ). उच्च अँपिअर-कमी व्होल्टेज

ब). <u>उच्चव्होल्टेज-कमीअँपिअर</u>

सी). उच्च अँपिअर-उच्च व्होल्टेज

डी). कमी व्होल्टेज-कमी अँपिअर

Q 56. DC वेल्डिंग जनरेटरमध्ये, ___________ एका शाफ्टवर बसवले जाते जे त्याच्या शेवटी व्यवस्थित केलेल्या योग्य बेअरिंगवर फिरते.

अ). <u>आर्मेचर</u>

ब). कम्युटेटर्स

सी). कार्बन ब्रशेस

डी). प्राइम मूव्हर

प्रश्न 57. आकृतीमध्ये दर्शविल्याप्रमाणे वेल्डिंग दोष ओळखा -

अ). <u>स्लॅगसमावेश</u>

ब). स्पॅटर

सी). ब्लो-होल

डी). अंडरकट

प्रश्न 58. चित्रात चिन्ह दाखवले आहे, हे कोणत्या प्रकारचे चिन्ह आहे

अ). स्क्वेअर बट वेल्ड

ब). <u>प्लगवेल्ड</u>

सी). स्पॉट वेल्ड
डी). शिवण वेल्ड
Q 59. TIG वेल्डिंगमध्ये, दोन सामान्यतः वापरले जाणारे अक्रिय वायू आहेत -
अ). आर्गॉन आणि कार्बन डायऑक्साइड
ब). आर्गॉनआणिहेलियम
सी). हेलियम आणि कार्बन डायऑक्साइड
डी). कार्बन डायऑक्साइड आणि नायट्रोजन
Q 60. स्टेनलेस स्टील शीटच्या TIG वेल्डिंगसाठी, DCEP येथे उष्णता वितरण आहे -
अ). इलेक्ट्रोड - 67% आणिकाम - 33%
ब). इलेक्ट्रोड - 33% आणि काम - 67%
सी). इलेक्ट्रोड - 50% आणि काम - 50%
डी). इलेक्ट्रोड - 75% आणि काम - 25%
Q 61. शुद्ध टंगस्टनचा वितळण्याचा बिंदू______ आहे.
अ). ३३८०°से
ब). 1083°C
सी). १७६८ °से
डी). 3017 °C
प्रश्न 62. लेझर कटिंगमध्ये एज मशीनिंग भत्ता ________ आहे.
अ). 9.52 मिमी
ब). 5.08 मिमी
सी). 1.27 मिमी
डी). 2.03 मिमी
प्रश्न 63. खालीलपैकी कोणते साहित्य वॉटर जेट कटिंगने कापले जाऊ शकत नाही
अ). टेम्पर्डग्लास
ब). प्लास्टिक
सी). दगड
डी). लेदर
Q 64. खालीलपैकी कोणती कमांड ड्रॉ टूलशी संबंधित नाही
अ). ओळ
ब). बहुभुज
सी). आयत
डी). चांफर
प्रश्न 65. ऑटोकॅड 2008 विंडोच्या शीर्षस्थानी टूलबार आहे-
अ). मानकटूलबार

ब). टूलबार काढा

सी). टूलबार सुधारित करा

डी). गुणधर्म टूलबार

प्रश्न ६६. ऑटोकॅडमध्ये, _______ साठी कीबोर्डची F9 की दाबा

अ). स्नॅपचालू/बंद

ब). ग्रिड चालू/बंद

सी). ऑर्थो चालू/बंद

डी). ओस्नॅप चालू/बंद

प्रश्न 67. प्रथमोपचाराचे उद्दिष्ट काय आहे

अ). जीव वाचवा

ब). हानी टाळा

सी). पुनर्प्राप्तीला प्रोत्साहन द्या

डी). यासर्व

प्रश्न 68. शीट मेटलमध्ये डॉली ब्लॉकचा वापर काय आहे

अ). शीटमेटललाआकारदेणे

ब). शीट मेटलमध्ये सामील होत आहे

सी). हॅमरिंग शीट मेटल

डी). शीट मेटल तपासत आहे

Q 69. आकृतीत दाखवलेले साधन ओळखा.

अ). चौरसवापरूनपहा

ब). फाईल

सी). छिन्नी

डी). स्टील नियम

प्रश्न 70. शीट मेटलच्या कामात खालीलपैकी कोणते गरम तंत्र वापरले जाते

अ). फुंकणे दिवा

ब). एलपीजी

सी). हँड फोर्जिंग

डी). यासर्व

प्रश्न 71. शीट मेटलचे काम फक्त धातूच्या शीटवर केले जाते, जे ____________ आहेत

अ). गुंडाळले

ब). बनावट

सी). कास्ट

डी). साचेबद्ध

प्रश्न 72. खालीलपैकी कोणते शीट उच्च बनवण्यासाठी वापरले जाते
संक्षारक ॲसिड टाक्या

अ). शिसेपत्रके

ब). काळे लोखंडी पत्रे

सी). गॅल्वनाइज्ड लोखंडी पत्रके

डी). स्टेनलेस स्टील शीट्स

प्रश्न 73. कॅथोडिक आणि ॲनोडिक संरक्षण ही अशी तंत्रे आहेत ज्यामध्ये आपण ____________ पासून धातूचे संरक्षण करतो.

अ). गंज

ब). वितळणे

सी). वाकणे

डी). वळणे

प्र 74. ॲल्युमिनियम आणि मॅग्नेशियमच्या वस्तूंसाठी वापरल्या जाणाऱ्या ऑक्सिडायझिंग प्रक्रियेला ____________ म्हणतात

अ). Anodizing

ब). गॅल्वनाइजिंग

सी). सायनिडिंग

डी). शेरार्डायझिंग

प्रश्न 75. शीटच्या दोन कडा बांधून बनवलेल्या सांध्याचे नाव काय आहे?
धातू एकत्र

अ). शिवण

ब). खोबणी

सी). हेम

डी). फलक

प्र 76. नॉक-अप-जॉइंटसाठी भत्ता ________ आहे

अ). K=2W+2T

ब). K=2W+3T

सी). K=3W+2T

डी). K=4W+6T

Q 77. जर d=वायरचा व्यास आणि t=शीट मेटलची जाडी असेल, तर वायरिंग भत्ता __________ सारखा असेल.

अ). 2.5 xd + t

ब). 2.5 + dxt

सी). 2.5 xd + 2t

डी). 2.5 xd + 4t

प्र 78. रेडियल लाईन पद्धतीने विकसित करताना केंद्र काय मानले जाते

अ). शिखर

ब). अक्ष

सी). पाया

डी). पृष्ठभाग

प्रश्न 79. जे घटक समांतर रेषा पद्धतीद्वारे किंवा रेडियल लाइन पद्धतीने किंवा त्रिकोणी पद्धतीद्वारे विकसित केले जाऊ शकत नाहीत ते __________ द्वारे सहजपणे विकसित केले जाऊ शकतात.

अ). भौमितिकबांधकामपद्धती

ब). अंदाजे पद्धत

सी). झोन पद्धत

डी). ओळ पद्धत

प्रश्न 80. पंच त्यांच्या __________ द्वारे निर्दिष्ट केले जातात

अ). व्यासाचा

ब). कटिंग धार

सी). क्रॉस सेक्शन

डी). कटिंगकोन

प्रश्न 82. सोल्डरसाठी कोणती सामग्री वापरली जाते

अ). शुद्धधातूकिंवामिश्रधातु

ब). धातू नसलेले घटक

सी). सिंथेटिक घटक

डी). यापैकी एकही नाही

प्रश्न 83. सोल्डरिंगसाठी कोणता प्रवाह वापरला जातो, जो पावडरच्या स्वरूपात वापरला जातो आणि गरम करताना बाष्पीभवन होतो

अ). अमोनियमक्लोराईड

ब). हायड्रोक्लोरिक आम्ल

सी). झिंक क्लोराईड

डी). फॉस्फरिक आम्ल

प्रश्न 84. समांतर रेषेच्या पद्धतीने समान व्यासाच्या 90 कोपरांच्या पाईपसाठी पॅटर्न किती भागांमध्ये विकसित करायचा आहे, या योजनेची विभागणी केली आहे.

अ). १२

ब). १५

सी). 20

डी). 22

Q 85. 12 मिमी पेक्षा कमी व्यासाच्या पाईपला ___________ म्हणतात

अ). ट्यूब

ब). पाईप

सी). सॉकेट

डी). फुली

प्रश्न 86. 1/8", 5/32" आणि 3/16" व्यास मानक ओपन टाइप रिवेट्स 1/8", 5/32" 3/16" सेट करण्यासाठी कोणते साधन वापरले जाते?

अ). आळशीचिमटा

ब). ब्रेक स्टेम उघडा

सी). ड्राइव्ह पिन rivets

डी). सीलबंद

प्र 87. ऑक्सी ॲसिटिलीन गॅस प्लांटमध्ये, इंधन वायू वापरला जातो ___________ आहे

अ). ऍसिटिलीन

ब). ऑक्सिजन

सी). हायड्रोजन

डी). एलपीजी

Q 88. ऑक्सी ऍसिटिलीन गॅस वेल्डिंगमध्ये किती प्रकारच्या ज्वाला असतात?

अ). 3

ब). 2

सी). ५

डी). 4

प्रश्न 89. खालीलपैकी कोणती वेल्डिंग प्रक्रिया खालील चित्रात दर्शविली आहे

अ). आर्कवेल्डिंग

ब). बुडलेल्या चाप वेल्डिंग

सी). थर्माइट वेल्डिंग

डी). फ्लॅश बट वेल्डिंग

प्रश्न 90. खालीलपैकी कोणते वेल्डिंग ऍक्सेसरी खालील चित्रात दाखवले आहे

अ). पृथ्वीपकडीतघट्ट

ब). इलेक्ट्रोड धारक

सी). पृथ्वी केबल

डी). सी-क्लॅम्प सी-

प्रश्न 91. खालीलपैकी कोणते वेल्डिंग ऍक्सेसरी खालील चित्रात दाखवले आहे

अ). गॅस कटिंग टॉर्च
ब). गॅसवेल्डिंगटॉर्च
सी). एमआयजी वेल्डिंग टॉर्च
डी). TIG वेल्डिंग टॉर्च
प्र 92. इलेक्ट्रिक आर्क वेल्डिंगमध्ये वापरलेला चाप आहे -
अ). कमीव्होल्टेज, उच्चवर्तमानस्त्राव
ब). कमी व्होल्टेज, कमी वर्तमान डिस्चार्ज
सी). उच्च व्होल्टेज, उच्च वर्तमान स्त्राव
डी). उच्च व्होल्टेज, कमी वर्तमान स्त्राव
प्र 93. मॅन्युअल मेटल आर्क वेल्डिंगला ________ असेही म्हणतात
अ). SMAW
ब). GMAW
सी). GTAW
डी). FCAW
प्रश्न 94. खालीलपैकी कोणते सुरक्षा उपकरण गॅस वेल्डिंग प्लांटमध्ये वापरले जाते
अ). फ्लॅशबॅकअटककरणारा
ब). पाईप फुंकणे
सी). एसिटिलीन गॅस जनरेटर
डी). यापैकी एकही नाही
प्रश्न 95. खालीलपैकी कोणता डोव्हटेल सीमचा प्रकार नाही
अ). साधा
ब). बाहेरील कडा
सी). स्लिप
डी). मणी असलेला
प्र 96. खालीलपैकी कोणता ॲल्युमिनियमचा वापर नाही
अ). हे स्टीलच्या उत्पादनात कमी करणारे एजंट म्हणून वापरले जाते
ब). हे स्टीलच्या कास्टिंगमध्ये वापरले जाते
सी). हेइलेक्ट्रिकलइन्सुलेटरच्यानिर्मितीमध्येवापरलेजाते
डी). हे पावडर स्वरूपात पेंट्सच्या निर्मितीमध्ये वापरले जाते
प्र 97. खालीलपैकी कोणते विधान ॲल्युमिनियमबद्दल खरे आहे
अ). ते लवचिक धातू आहे
ब). ते चुंबकीय नसलेले असते
सी). ॲल्युमिनियम ऑक्साईडचा वितळण्याचा बिंदू ॲल्युमिनियमपेक्षा जास्त असतो
डी). यासर्व

प्र 98. पितळ हे तांबे आणि ___________ यांचे मिश्रधातू आहे

अ). ॲल्युमिनियम

ब). जस्त

सी). कथील

डी). पोलाद

प्र 99. शीटमध्ये अनेक छिद्र पाडणे याला ____________ म्हणतात

अ). छिद्रपाडणारे

ब). विभाजन

सी). नॉचिंग

डी). लान्सिंग

प्रश्न 100. पंच _________ चे बनलेले असतात

अ). स्टेनलेस स्टील

ब). साधनस्टील

सी). सौम्य स्टील

डी). ओतीव लोखंड

Q 101. खालीलपैकी कोणते हायड्रॉलिक पाईपबेंडिंग मशीनचे कार्य तत्त्व आहे

अ). ते ऑपरेट करण्यासाठी गतीज ऊर्जा वापरते.

ब). तेऑपरेटकरण्यासाठीहायड्रॉलिकपॉवरवापरते.

सी). ते ऑपरेट करण्यासाठी अणुशक्ती वापरते

डी). यापैकी एकही नाही

प्र 102. शीट मेटल वक्र अक्षावर वाकवण्याच्या ऑपरेशनला ________ असेही म्हणतात.

अ). तयारकरणे

ब). Plunging

सी). नॉचिंग

डी). स्लिटिंग

प्र 103. फिक्स्चर हे उपकरण आहे जे ____________

अ). वर्कपीस धारण करतो

ब). वर्कपीस शोधते

सी). वर्कपीसधरूनठेवतेआणिशोधते

डी). वर्कपीस धरून किंवा शोधत नाही

Q 104. खालीलपैकी कोणता जिगचा घटक आहे

अ). पाया

ब). साधन मार्गदर्शक फ्रेम

सी). <u>शरीर</u>

डी). <u>यासर्व</u>

प्र 105. वक्र शीट मेटल सरळ करण्याच्या ऑपरेशनला __________ म्हणून ओळखले जाते

अ). <u>प्लॅनिशिंग</u>

ब). रेखाचित्र

सी). पिळणे

डी). नाणे काढणे

Q 106. खालीलपैकी कोणता ट्रान्सफॉर्मर चाप वेल्डिंगमध्ये वापरला जातो

अ). <u>खालीपाऊल</u>

ब). स्टेप वर

सी). एक-एक

डी). पुरवठा व्होल्टेज वाढविण्यास सक्षम

Q 107. रेझिस्टन्स वेल्डिंगमध्ये निर्माण होणारी उष्णता (H) __________ द्वारे व्यक्त केली जाते.

अ). <u>I2RT</u>

ब). 2IRT

सी). IR2T

डी). IRT2

प्रश्न 108. खालीलपैकी कोणती वेल्डिंग प्रक्रिया खालील चित्रात दर्शविली आहे

अ). <u>स्पॉटवेल्डिंग</u>

ब). शिवण वेल्डिंग

सी). प्रोजेक्शन वेल्डिंग

डी). फ्लॅश बट वेल्डिंग

प्रश्न 109. खालीलपैकी कोणते वेल्डिंग ऍक्सेसरी खालील चित्रात दाखवले आहे

अ). <u>CO2 वेल्डिंगटॉर्च CO2</u>

ब). ऑक्सी-एसिटिलीन गॅस कटिंग टॉर्च

सी). ऑक्सी-एसिटिलीन गॅस वेल्डिंग टॉर्च

डी). TIG वेल्डिंग टॉर्च

Q 110. MIG वेल्डिंगमध्ये खालीलपैकी कोणता अक्रिय वायू वापरला जातो

अ). <u>आर्गॉन</u>

ब). झेनॉन

सी). कार्बन डाय ऑक्साइड

डी). नायट्रोजन

Q 111. खालीलपैकी कोणते MIG वेल्डिंगचे दुसरे नाव आहे
अ). CO2 वेल्डिंग CO2
ब). MAG वेल्डिंग
सी). टीआयजी वेल्डिंग
डी). बुडलेल्या चाप वेल्डिंग
Q 112. MIG वेल्डिंगचा फायदा खालीलपैकी कोणता आहे
अ). जाड आणि पातळ सामग्री वेल्डेड केली जाऊ शकते
ब). सर्व पोझिशन्समध्ये वेल्डिंग करता येते
सी). जमा करण्याचे प्रमाण जास्त आहे
डी). यासर्व
Q 113. CO2 वेल्डिंगमध्ये वापरल्या जाणाऱ्या वायर इलेक्ट्रोडची निवड होईल कोणत्या घटकावर अवलंबून आहे
अ). संयुक्त रचना
ब). वेल्डेड धातूची रचना
सी). प्रक्रिया वापरली जात आहे
डी). यासर्व
Q 114. TIG वेल्डिंगमधील "TIG" या शब्दाचे पूर्ण रूप काय आहे
अ). टंगस्टनअक्रियवायू
ब). टॉर्च अक्रिय वायू
सी). टंगस्टन अक्रिय गॅसोलीन
डी). टंगस्टन आतील वायू
प्रश्न 115. चित्रात दर्शविलेल्या वेल्डिंग प्रक्रियेचे नाव द्या.
अ). TIG
ब). एमआयजी
सी). MAG
डी). MMAW
प्रश्न 116. खालीलपैकी कोणता स्पंदित TIG वेल्डिंगचा फायदा आहे
अ). कमी विकृती
ब). कमी उष्णतेसह चांगले प्रवेश
सी). कमीविकृतीआणिकमीउष्णतेसहचांगलेप्रवेशदोन्ही
डी). यापैकी एकही नाही
Q 117. TIG वेल्डिंगमध्ये अंडरकट होण्याचे कारण खालीलपैकी कोणते आहे
अ). अस्वच्छ वर्कपीस पृष्ठभाग
ब). वेल्डिंगकरंटखूपजास्तआहे

सी). अपुरा शिल्डिंग गॅस

डी). या सर्व

Q 118. टंगस्टन इलेक्ट्रोडसाठी एक मानक रंग संकेत आहे. शुद्‌ध टंगस्टन ______ रंगाने चिन्हांकित आहे

अ). हिरवा

ब). काळा

सी). लाल

डी). निळा

Q 119. TIG वेल्डिंगच्या सरळ ध्रुवीयतेमध्ये, ______% उष्णता इलेक्ट्रोडच्या टोकाला जाते.

अ). 30

ब). 50

सी). ७०

डी). 100

Q 120. आकृतीमध्ये दर्शविलेले वेल्डिंग जॉइंट ओळखा.

अ). टीसंयुक्त

ब). कोपरा संयुक्त

सी). बट संयुक्त

डी). लॅप संयुक्त

Q 121. फिलेट जॉइंटसाठी खालीलपैकी कोणते वेल्ड चिन्ह आहे

अ). 30

ब). 50

सी). ७०

डी). 100

प्रश्न 122. लेसर कटिंगमध्ये एज मशीनिंग भत्ता _______ आहे

अ). 9.52 मिमी

ब). 5.08 मिमी

सी). 1.27 मिमी

डी). 3.03 मिमी

प्रश्न 123. खालीलपैकी कोणता प्लाझ्मा कटिंगचा फायदा आहे

अ). सर्व धातू आणि धातू नसलेले कापले जाऊ शकतात.

ब). सर्व पोझिशन्समध्ये कटिंग शक्य आहे.

सी). कापण्याची कमी किंमत

डी). यासर्व

प्रश्न 124. खालीलपैकी कोणते साहित्य वॉटर जेट कटिंगने कापले जाऊ शकत नाही

अ). टेम्पर्डग्लास

ब). प्लास्टिक

सी). दगड

डी). लेदर

Q 125. आकृतीमध्ये दाखवलेला ॲल्युमिनियम विभाग ओळखा.

अ). ॲल्युमिनियमचॅनेल

ब). ॲल्युमिनियम कोन

सी). ॲल्युमिनियम आय-बीम

डी). ॲल्युमिनियम टी-बीम

Q 126. 6061, 6082, 5083, 5086, 5052, 6063, 7075, 1100 हे कोन, चॅनेल, बीम आणि साखळ्यांचे _______ आहेत.

अ). तपशील

ब). अनुक्रमांक

सी). यादृच्छिक संख्या

डी). यापैकी एकही नाही

प्र 127. प्राइमर्स वापरले जातात

अ). पेंटिंगकरण्यापूर्वी

ब). पेंटिंग केल्यानंतर

सी). पेंट सह एकत्र

डी). पेंट कोरडे केल्यानंतर

Q 128. 2D मध्ये रेखाचित्र काढताना आपण कोणत्या अक्षावर काम करत नाही

अ). झेड

ब). एक्स

सी). वाय

डी). WCS

प्रश्न १२९. ऑटोकॅड _________ द्वारे उघडले जाऊ शकते

अ). विंडोजडेस्कटॉपवरीलऑटोकॅडशॉर्टकटचिन्हावरलेफ्ट-क्लिककरा

ब). कीबोर्डवर "acad" टाइप करणे

सी). संगणक चालू केल्यावर स्वयंचलितपणे

डी). संगणक चालू केल्यावर स्क्रीनवर दिसणार्‍या सूचीमधून निवडणे

प्रश्न 1. डक्ट वर्क सारख्या विविध प्रकारच्या पाईप्ससाठी रेखांशाचा कोपरा सीम म्हणून ___________ वापरला जातो.

अ). खोबणी शिवण

ब). <u>पिट्सबर्गशिवण</u>

सी). Dovetail शिवण

डी). उपखंड खाली शिवण

प्रश्न 2. हॅंड ग्रूवर ___________ ने बनलेला असतो आणि _______ चर जोडण्यासाठी वापरला जातो.

अ). कास्ट स्टील, अंतर्गत लॉक

ब). कास्ट लोह, बाह्य लॉक

सी). <u>कास्टस्टील, बाह्यलॉक</u>

डी). कास्ट लोह, अंतर्गत लॉक

प्रश्न 3. खालीलपैकी कोणते खोट्या वायरिंगचा फायदा नाही

अ). लेखाची किंमत कमी झाली आहे

ब). लेखाचे वजन कमी केले आहे

सी). हे बाजूंना स्थितीत ठेवण्यास मदत करते

डी). <u>लेखाचेवजनवाढलेआहे</u>

प्र 4. गोल पाईपचा स्ट्रेचआउट पाईपचा ____________________ आहे.

अ). क्षेत्रफळ

ब). <u>घेर</u>

सी). व्यास

डी). त्रिज्या

प्र 6. आकृतीमध्ये दाखवल्याप्रमाणे हॅंड लीव्हर पंचचा घटक X ओळखा

अ). मरतात

ब). पंच धारक

सी). <u>गळा</u>

डी). गेज

प्रश्न 7. स्नॅप हेड रिव्हेटची लांबी निर्धारित करण्यासाठी सामान्यतः शॉप फ्लोअरमध्ये वापरला जाणारा फॉर्म्युला आहे - (जेथे L=शांक लांबी, T=वापरलेल्या प्लेट्सच्या संख्येची एकूण जाडी आणि D= रिव्हेट व्यास)

अ). <u>L=T+1.5D</u>

ब). L=T+0.6D

सी). L=T+2.5D

डी). L=T+2D

प्रश्न 8. नलिकांवर क्रॉस सीम जोडण्यासाठी सामान्यतः कोणती क्लिप वापरली जाते

अ). सरकारी क्लिप

ब). <u>ड्राइव्हक्लिप</u>

सी). नेलिंग क्लिप

डी). एस क्लिप एस

प्र 9. आकृतीत दाखवल्याप्रमाणे स्व-टॅपिंग स्क्रूचा प्रकार ओळखा

अ). Type-A

ब). टाइप-बी

सी). टाइप-सी

डी). टाइप-डी

प्रश्न 10. खालीलपैकी कोणता अर्ध-कायमस्वरूपी उपचार नाही

अ). गॅल्वनाइजिंग

ब). टिनिंग

सी). क्लॅडिंग

डी). ॲनोडायझिंग

Q 11. ______________ फक्त ॲल्युमिनियम आणि त्याच्या मिश्र धातुंवर सजावटीचे आणि गंजरोधक कोटिंग प्रदान करण्यासाठी वापरले जाते.

अ). इलेक्ट्रोप्लेटिंग

ब). ॲनोडायझिंग

सी). क्लॅडिंग

डी). गॅल्वनाइजिंग

प्र 12. ____________ चा वापर वर्तुळे, चाप लिहिण्यासाठी आणि अंतर बदलण्यासाठी आणि स्टेप ऑफ करण्यासाठी केला जातो.

अ). ट्रॅमेल

ब). त्रिज्या गेज

सी). विंगकंपास

डी). स्क्रू पिच गेज

प्रश्न 13. ______________ हे गुंतागुंतीच्या कामाच्या अंतर्गत बाजूच्या कटिंगसाठी वापरले जाते. _____

अ). एव्हिएशन कातरणे

ब). खंडपीठ कातरणे

सी). हॉकबिलेडकातरणे

डी). दुहेरी कटिंग कातरणे

प्रश्न 14. खालीलपैकी कोणता शीट मेटल हॅमर रेझिंग ऑपरेशनमध्ये वापरला जातो

अ). रिव्हटिंग हातोडा

ब). स्ट्रेचिंगहातोडा

सी). creasing हातोडा

डी). प्लॅनिशिंग हातोडा

प्रश्न 15. आकृतीत दाखवल्याप्रमाणे स्पॅनरचा प्रकार ओळखा -

अ). रिंग स्पॅनर

ब). समायोज्य स्पॅनर

सी). सॉकेटस्पॅनर

डी). हुक स्पॅनर

प्रश्न 17. 6 मिमी पर्यंत लहान व्यासाचे छिद्र पाडण्यासाठी ______________ चा वापर केला जातो.

अ). बेव्हलगियरप्रकारड्रिलिंगमशीन

ब). रॅचेट ड्रिलिंग मशीन

सी). स्तन ड्रिलिंग मशीन

डी). यापैकी एकही नाही

प्रश्न 18. आकृतीत दाखवल्याप्रमाणे ड्रिलिंग मशीन ओळखा

अ). बेव्हल गियर प्रकार ड्रिलिंग मशीन

ब). रॅचेट ड्रिलिंग मशीन

सी). स्तनड्रिलिंगमशीन

डी). वायवीय हात ड्रिलिंग मशीन

प्रश्न 21. घटक क्रमांक ओळखा. युनिव्हर्सल स्वेजिंग मशीनचे 6 म्हणून आकृतीत दाखवले आहे

अ). रोलर्ससाठीलॉकिंगनट

ब). रोलर्सचा संच

सी). गियरसह वरचा शाफ्ट

डी). गियर सह लोअर शाफ्ट

Q 22. _______________ चा वापर प्रारंभिक रेखाचित्रानंतर पात्राची मान तयार करण्यासाठी केला जातो. ______

अ). कोरमरतात

ब). सेगमेंटल मरतात

सी). बाहेर रेखाचित्र मरतात

डी). आत रेखाचित्र मरतात

प्र 23. आकृतीत दाखवल्याप्रमाणे प्रेस ओळखा

अ). सरळ बाजू दाबा

ब). पिलरप्रेस

सी). समायोज्य बेड प्रेस

डी). अंतर दाबा

प्र 24. _____________ हे लेखाच्या काठाला रोलमध्ये बनवण्याची क्रिया आहे. ___

अ). तयार करणे

ब). कर्लिंग

सी). Plunging

डी). कपिंग

प्रश्न 25. खालीलपैकी कोणती पद्धत मशीनद्वारे धातू पॉलिश करण्याची पद्धत नाही

अ). पेडेस्टलग्राइंडरसहपॉलिशकरणे

ब). संयुगे आणि कापड चाकांसह पॉलिश करणे

सी). अपघर्षक झाकलेल्या चाकांसह पॉलिश करणे

डी). लेपित अपघर्षक सह पॉलिशिंग

प्रश्न 26. खालीलपैकी कोणता बफिंग मटेरियल हा पावडर लावा आहे, जो स्क्रबिंग, साफसफाई आणि पॉलिशिंगसाठी वापरला जातो

अ). त्रिपोली

ब). प्युमिस

सी). रुज

डी). व्हाईटिंग

प्र 27. आकृतीत दाखवल्याप्रमाणे जिग ओळखा -

अ). घन जिग

ब). पोस्ट जिग

सी). Trunnion जिग

डी). बॉक्स जिग

Q 28. पाईप बेंडिंग मशिनमध्ये, इनर फॉर्मर्स, लीव्हर, लॉक नटसह अॅडजस्टिंग स्क्रू आणि पाईप गाइड हे _______ चे भाग आहेत.

अ). बेंचप्रकारहातानेचालवलेलापाईपबेंडर

ब). पोर्टेबल हाताने चालवलेला पाईप बेंडर

सी). हायड्रॉलिक बेंडिंग मशीन

डी). यापैकी एकही नाही

प्रश्न 30. फास्टनर्स जोडण्यासाठी कोणत्या प्रकारचे वेल्डिंग मोठ्या प्रमाणावर वापरले जाते

संरचनात्मक सदस्य

अ). स्पॉट वेल्डिंग

ब). शिवण वेल्डिंग

सी). प्रोजेक्शनवेल्डिंग

डी). फ्लॅश बट वेल्डिंग

प्रश्न 31. $CO_2$ वेल्डिंगसाठी खालीलपैकी कोणते उपकरणे आणि उपकरणे वापरली जात नाहीत

अ). वायर रील

ब). वाहिनी रेखीय

सी). सक्तीचीयंत्रणा

डी). वायर फीड ड्राइव्ह मोटर

प्रश्न 32. $CO_2$ वेल्डिंग प्रक्रिया ___________ वेल्डिंगसाठी वापरली जाऊ शकत नाही.

अ). सिलिकॉन

ब). ॲल्युमिनियम

सी). जस्त

डी). तांबे

Q 33. खालीलपैकी कोणता वायू संरक्षण म्हणून आर्गॉनचा फायदा नाही

अ). कमी चाप व्होल्टेज

ब). सोपे चाप सुरू

सी). लहानउष्णताप्रभावितझोन

डी). कमी गॅस खंड

प्र 34. एअर प्लाझ्मा कटिंगमध्ये, __________ इलेक्ट्रोडचा वापर केला जातो जेथे कोरडी, स्वच्छ संकुचित हवा कटिंग गॅस म्हणून वापरली जाते.

अ). टंगस्टन

ब). आर्गॉन

सी). हेलियम

डी). झिर्कोनियम

प्रश्न 35. ऑटोकॅड 2008 च्या समन्वय प्रणालीमध्ये

अ). सकारात्मक X आकडेउजवीकडेआहेत

ब). सकारात्मक X आकडे डावीकडे आहेत

सी). सकारात्मक आकृत्या अनुलंब वरच्या दिशेने आहेत

डी). सकारात्मक आकडे अनुलंब खाली दिशेने आहेत

प्रश्न 36. पाण्याचा वापर __________ विझवण्यासाठी केला जातो.

अ). वर्ग-अआग

ब). वर्ग-ब आग

सी). वर्ग-सी आग

डी). वर्ग-डी आग

प्रश्न 39. गॅल्वनाइझिंग म्हणजे काय

अ). गरमबुडवूनझिंकलेपकरण्याचीप्रक्रिया

ब). जस्त प्रसार प्रक्रिया

सी). स्टीलवर पातळ फॉस्फेट लेप तयार करण्यासाठी वापरली जाणारी प्रक्रिया

डी). या सर्व

प्रश्न 40. शीट मेटल जॉइंटमध्ये छप्पर आणि पॅनेलिंगसाठी कोणता सीम वापरला जातो

अ). दुहेरीखोबणीशिवण

ब). लॅप शिवण

सी). दुहेरी शिवण

डी). खोबणी शिवण

Q 41. इच्छित वस्तू तयार करण्यासाठी अचूक आकार आणि आकारात कापलेल्या सामग्रीला __________ म्हणतात.

अ). नमुना

ब). टेम्पलेट्स

सी). ताण देणे

डी). विकास

Q 42. _____________ हा शब्द आकारात तयार होण्यापूर्वी धातूच्या सपाट तुकड्यांच्या आकारांना सूचित करतो.

अ). ताणदेणे

ब). मुक्त हात स्केच

सी). खरा आकार

डी). पृष्ठभागाचा विकास

प्रश्न 43. समांतर रेषा पद्धतीने खालीलपैकी कोणते शक्य नाही

अ). पिरॅमिड

ब). घन

सी). प्रिझम

डी). सिलेंडर

Q 44. खालीलपैकी कोणती पृष्ठभागाचे विभाजन करण्याची पद्धत आहे ट्रेंगल्स मध्ये ऑब्जेक्ट

अ). त्रिकोणीपद्धत

ब). भौमितिक बांधकाम पद्धती

सी). समांतर रेषा पद्धत

डी). रेडियल लाइन पद्धत

Q 45. कोणत्या प्रकारच्या पंचांमध्ये पोकळ क्रॉस-सेक्शन आहे

अ). पोकळठोसा

ब). ठोस ठोसा

सी). क्रमांक पंच

डी). पत्र पंच

Q 46. जड संरचनात्मक कामात कोणत्या प्रकारचा रिवेट वापरला जातो

अ). <u>पॅनहेडरिव्हेट</u>

ब). स्नॅप हेड रिव्हेट

सी). काउंटर बुडलेली रिवेट

डी). शंकूच्या आकाराचे डोके रिव्हेट

Q 47. आकृतीमध्ये दर्शविल्याप्रमाणे रिव्हेट ओळखा

अ). <u>पॅनडोके</u>

ब). काउंटरस्कंक डोके

सी). स्नॅप डोके

डी). अळंबीचा वरचा भाग

Q 48. सरकारी क्लिपला कधीकधी __________ असेही म्हणतात

अ). <u>कपकिंवापॉकेटक्लिप</u>

ब). नेलिंग क्लिप

सी). ड्राइव्ह क्लिप

डी). एस-क्लिप

Q 49. कोणत्या क्लिपचा वापर सामान्यतः नलिकांवर क्रॉस सीम जोडण्यासाठी केला जातो

अ). <u>ड्राइव्हक्लिप</u>

ब). एस-क्लिप

सी). सरकारी क्लिप

डी). नेलिंग क्लिप

प्रश्न 50. खालीलपैकी कोणते सोल्डर तांबे, कथील, चांदी, जस्त, कॅडमियम आणि फॉस्फरस यांचे मिश्रधातू आहे

अ). <u>हार्डसोल्डर</u>

ब). मऊ सोल्डर

सी). मध्यम सोल्डर

डी). झिंक सोल्डर

प्रश्न 51. सामान्यतः 90 साठी नमुना विकसित करण्यासाठी कोणती पद्धत वापरली जाते

समान व्यासाच्या पाईप्सची कोपर

अ). <u>समांतररेषापद्धत</u>

ब). रेडियल लाइन पद्धत

सी). त्रिकोणी पद्धत
डी). भौमितिक बांधकाम पद्धती
Q 52. आकृतीत दाखवल्याप्रमाणे पाईप जॉइंटचा प्रकार ओळखा
अ). <u>टीसंयुक्त</u>
ब). शाखा संयुक्त
सी). एल कोपर संयुक्त एल
डी). Y संयुक्त Y
Q 53. पाईपची जाडी __________ ही ट्यूब आहे.
अ). <u>यापेक्षामोठे</u>
ब). च्या पेक्षा कमी
सी). च्या बरोबरीचे
डी). च्या अर्धा व्यास
Q 54. कोणते मशीन आर्क वेल्डिंगमध्ये DC ला AC पुरवठा बदलते
अ). रोहीत्र
ब). पाईप फुंकणे
सी). <u>वेल्डिंगरेक्टिफायर</u>
डी). अॅम्प्लिफायर
प्रश्न 55. ब्रेझिंगमध्ये सामान्यतः वापरला जाणारा प्रवाह ____________ आहे
अ). <u>बोरॅक्स</u>
ब). झिंक क्लोराईड
सी). अमोनियम क्लोराईड
डी). कॉपर सल्फेट
प्र 56. आर्क वेल्डिंगमध्ये वापरलेले लेपित इलेक्ट्रोड. हे कोटिंग ________ साठी नाही
अ). <u>इलेक्ट्रोडलाउष्णतेपासूनप्रतिबंधितकरणे</u>
ब). मिश्रधातूचे घटक जोडणे
सी). चाप स्थिर करा
डी). वेल्डला संरक्षणात्मक वातावरण प्रदान करणे
Q 57. ___________ मध्ये आर्क ब्लो अधिक सामान्य आहे.
अ). <u>डीसीवेल्डिंग</u>
ब). एसी वेल्डिंग
सी). बेअर इलेक्ट्रोडसह एसी वेल्डिंग
डी). एसी वेल्डिंग आणि डीसी वेल्डिंग दोन्ही
प्रश्न 58. खालील चित्रात दाखवलेल्या यंत्राचे नाव काय आहे
अ). पिलर ड्रिल मशीन

ब). बेंच ड्रिल मशीन

सी). <u>हँडड्रिलमशीन</u>

डी). यापैकी एकही नाही

प्रश्न 59. ट्विस्ट ड्रिलचा कटिंग लिप अँगल ________ आहे

अ). <u>118°</u>

ब). 110°

सी). 90°

डी). ७९°

Q 60. खालील चित्रात दाखवलेल्या यंत्राचे नाव काय आहे

अ). <u>हायड्रोलिकपाईपबेंडिंगमशीन</u>

ब). बेंच ड्रिल मशीन

सी). प्रोजेक्शन वेल्डिंग मशीन

डी). यापैकी एकही नाही

प्रश्न 61. खालीलपैकी कोणते हात कापण्याचे साधन बनवण्यासाठी वापरले जाते दंडगोलाकार छिद्रांमध्ये आतील धागे

अ). <u>टॅपकरा</u>

ब). मरतात

सी). पंच

डी). या सर्व

Q 62. खालीलपैकी कोणती मेटल बायमशीन पॉलिश करण्याची पद्धत नाही

अ). <u>पेडेस्टलग्राइंडरसहपॉलिशकरणे</u>

ब). संयुगे आणि कापड चाकांसह पॉलिश करणे

सी). अपघर्षक झाकलेल्या चाकांसह पॉलिश करणे

डी). लेपित अपघर्षक सह पॉलिशिंग

Q 63. आर्क वेल्डिंगमध्ये कोणते मशीन AC पुरवठा DC पुरवठ्यामध्ये बदलते

अ). रोहीत्र

ब). पाईप फुंकणे

सी). <u>वेल्डिंगरेक्टिफायर</u>

डी). यापैकी एकही नाही

Q 64. खालीलपैकी कोणता दीर्घ चापचा प्रभाव आहे

अ). कमी स्पॅटर

ब). अधिक संलयन

सी). <u>अधिकस्पॅटर</u>

डी). यापैकी एकही नाही

Q 65. खालीलपैकी कोणता रेझिस्टन्स वेल्डिंगचा प्रकार नाही

अ). एमआयजीवेल्डिंग

ब). स्पॉट वेल्डिंग

सी). शिवण वेल्डिंग

डी). प्रोजेक्शन वेल्डिंग

Q 66. खालीलपैकी कोणती वेल्डिंग प्रक्रिया गैर-उपभोग्य इलेक्ट्रोड वापरते

अ). टीआयजीवेल्डिंग

ब). एमआयजी वेल्डिंग

सी). मॅन्युअल आर्क वेल्डिंग

डी). बुडलेल्या चाप वेल्डिंग

Q 67. खालीलपैकी कोणते प्रेस टूल आहे

अ). ब्लँकिंग टूल

ब). ट्रिमिंग साधन

सी). रेखांकन साधन

डी). यासर्व

प्रश्न 68. स्निप्सला _______________ असेही म्हणतात.

अ). हातकातरणे

ब). लीव्हर कातरणे

सी). स्टेक्स

डी). मॅलेट्स

प्रश्न ६९. वाहन रंगवण्यामागील कारण काय?

अ). शरीरावरील वाहनांवर गंज वाढू नये म्हणून

ब). त्याचे बाह्य स्वरूप सुधारण्यासाठी

सी). स्टीलची वैशिष्ट्ये दीर्घकाळ टिकवून ठेवण्यासाठी

डी). यासर्व

Q 70. पावडर कोटिंग हा एक प्रकारचा कोटिंग आहे जो मुक्त-प्रवाह म्हणून लावला जातो, _____

अ). कोरडीपावडर

ब). द्रव पेंट

सी). ओलावा

डी). पाणी

प्र 71. इरेज, कॉपी, मिरर, ट्रिम, एक्स्टेंड, ब्रेक इ. कमांड कोणत्या टूलबारशी संबंधित आहेत?

अ). टूलबारसुधारितकरा

ब). लेयर टूलबार

सी). शैली टूलबार

डी). टूलबार काढा

Q 72. दोन ओळींमधील गोल कोपरा तयार करण्यासाठी कोणती कमांड वापरली जाते

अ). फिलेट

ब). चांफर

सी). ताणून लांब करणे

डी). वाढवणे

प्र 90] आर्क वेल्डिंगद्वारे वेल्डेड करावयाच्या सामग्रीची जाडी म्हणून
वाढते, वेल्डिंग करंट आवश्यक आहे

अ] वाढते

ब] कमी होते

क] तसाच राहतो

ड] वाढू किंवा कमी होऊ शकते

प्र 91] नॉन-फेरस धातू वेल्डिंगसाठी प्राधान्य दिलेला करंट आहे

अ] उच्च वारंवारता पर्यायी प्रवाह

ब] कमी वारंवारता पर्यायी प्रवाह

क] थेटप्रवाह

ड] प्राधान्य नाही

प्र 92] इलेक्ट्रोडच्या आवरणासाठी वापरल्या जाणाऱ्या सामग्रीला म्हणतात

अ] स्लॅग

ब] प्रवाह

क] स्टिकर

ड] बाईंडर

प्र 93] वेल्डिंग करताना नायलॉनचे कपडे घालणे योग्य आहे का?

अ] नाही, त्यामुळे खूप घाम येतो

ब] नाही, तेसहजपणेआगपकडूशकते

क] ते ठीक आहे, तुम्ही ते घालू शकता

ड] नाही, कारण ते स्थिर वीज तयार करू शकते आणि शॉक लावू शकते

Q 94] दरम्यान रासायनिक अभिक्रिया करून ऍसिटिलीन तयार करता येते

अ] पाणीआणिकॅल्शियमकार्बाइड

ब] पाणी आणि कॅल्शियम कार्बोनेट

C] हायड्रोजन आणि कॅल्शियम कार्बाइड

ड] हायड्रोजन आणि कॅल्शियम कार्बोनेट

प्र 95] आर्क वेल्डिंग इलेक्ट्रोडचा आकार कसा निर्दिष्ट केला जातो?

अ] त्याच्या वजनाने

ब] धातूद्वारे ते वेल्ड करणे आवश्यक आहे

C] सध्याच्यावहनक्षमतेनुसार

ड] त्याच्या एकूण व्यासानुसार

प्र 96] ऑक्सी-एसिटिलीन कटिंगद्वारे कोणती सामग्री सर्वोत्तम प्रकारे कापली जाऊ शकते?

अ] पितळ

ब] कास्ट लोह

क] सौम्यपोलाद

ड] ॲल्युमिनियम

प्र 97] जो वायू ज्वलनाचा समर्थक आहे तो आहे

अ] ऑक्सिजन

ब] हायड्रोजन

C] कार्बन डायऑक्साइड

ड] एसिटिलीन

प्र 98] वेल्डमध्ये वायू अडकल्याने दोष निर्माण होतो

अ] संलयनाचा अभाव

ब] भेगा

क] सच्छिद्रता

ड] स्लॅग समावेश

प्र 99] सुरक्षिततेच्या दृष्टीने, एखाद्याने आर्क वेल्डिंग करू नये

अ] ओल्याजमिनीवरउभेअसताना

ब] खराब प्रकाश असलेल्या भागात

क] कोणी जवळ उभे असताना

ड] हवेशीर बंदिस्त क्षेत्रात

प्र 100] गॅस रेग्युलेटरवर तेल किंवा ग्रीस वापरल्यास काय होऊ शकते?

अ] तेल किंवा वंगण जळू शकते

ब] रेग्युलेटर जळू शकतो

C] सिलेंडरचा स्फोट होऊ शकतो

ड] हेसर्व

प्र 101] वेल्डिंगद्वारे जोडलेल्या मूळ धातूला म्हणतात

अ] बेअर धातू

ब] मणी धातू

क] पायाभूतधातू

ड] कच्चा धातू

Q 102] MIG वेल्डिंगबद्दल कोणते विधान खरे नाही?

अ] वेल्डिंगचा वेग जास्त असतो

ब] काढण्यासाठी कोणताही स्लॅग नाही

सी] उत्पादित वेल्ड्स आवाज आहेत

D] इलेक्ट्रिकआर्कऑपरेटरलादिसतनाही

प्र 103] इलेक्ट्रोड-पॉझिटिव्ह वेल्डिंगमध्ये ...... एकूण उष्णता निर्माण होते इलेक्ट्रोड]

अ] दोनतृतीयांश

ब] एक तृतीयांश

क] दीड

ड] एक चतुर्थांश

Q 104] ॲसिटिलीन विरघळण्यासाठी कोणते माध्यम वापरले जाते?

अ] पाणी

ब] एसीटोन

क] जेली

ड] कॅल्शियम हायड्रॉक्साइड

Q 105] एक सिलेंडर ज्यामध्ये ॲसिटिलीन असते ते पेंट केले जाते

अ] निळा

ब] काळा

क] मरून

ड] तपकिरी

Q 106] सर्किटमध्ये वाहणाऱ्या विद्युत् प्रवाहाचे प्रमाण दर्शविण्यासाठी वापरला जाणारा शब्द आहे

म्हणतात ]]]]]]]

अ] ओम

ब] अँपिअर

क] फराड

ड] व्होल्ट

प्र 107] गॅस कटिंग टॉर्चच्या टोकाची छिद्र साफ करण्यासाठी काय वापरावे?

अ] टिपक्लिनर

ब] स्टील वायर

क] तांब्याची तार

ड] लहान ड्रिल

Q 108] दृश्य तपासणीद्वारे कोणता वेल्ड दोष सहज शोधला जाऊ शकतो?

अ] बाजूच्या भिंतीच्या संलयनाचा अभाव

ब] टी फिलेट जॉइंटमध्ये मूळ दोष

क] स्लॅग समावेश

ड] भागांचेचुकीचेसंरेखन

Q 109] यापैकी कोणत्या धातूची थर्मल चालकता सर्वाधिक आहे?

अ] अॅल्युमिनियम

ब] तांबे

क] जस्त

ड] पोलाद

distortion

wd Welding Distortion
Defects

विकृती

Q 110] वेल्डेड केलेल्या दोन प्लेट्स एकमेकांकडे खेचल्या जातात आणि त्यांच्यामधील कोन मूळतः सेट केलेल्या कोनातून बदलतो] विकृती कारण म्हणतात

अ] सार्वत्रिक विकृती

ब] अनुदैर्ध्य विकृती

क] कोनीयविकृती

ड] आडवा विरूपण

प्र 111] कोणती चाचणी पद्धत ऑपरेटरसाठी धोकादायक असू शकते?

अ] क्ष-किरणचाचणी

ब] प्रचंड कंपनसंख्या असलेल्या (ध्वनिलहरी) चाचणी

क] द्रव भेदक चाचणी

ड] चुंबकीय कण चाचणी

Q 112] यापैकी कोणती नॉन-डिस्ट्रक्टिव्ह टेस्ट आहे?

अ] प्रभाव चाचणी

ब] निक ब्रेक चाचणी

क] तन्य चाचणी

ड] हायड्रोलिकदाबचाचणी

Q 113] मध्यम कार्बन स्टीलचा वितळण्याचा बिंदू आहे

A] 1510 अंश से

ब] 1426 अंशसे

C] 1305 अंश से

D] 1082 अंश से

Q 114] न वापरलेल्या इलेक्ट्रोडच्या शेवटच्या बिटला म्हणतात

अ] कचरा अंत

ब] शेवट टाकून द्या

क] स्टबशेवट

ड] लहान टोक

प्र 115] वेल्डिंग केबलपासून इलेक्ट्रोडपर्यंत विद्युतप्रवाह चालविण्यासाठी काय वापरले जाते?

अ] अर्थ केबल

ब] इलेक्ट्रोडधारक

क] पृथ्वी पकडणे

ड] केबल लग

प्र 116] वेल्डिंग ट्रान्सफॉर्मरचे ओपन सर्किट व्होल्टेज काय आहे?

अ] 90 व्ही

ब] 110 व्ही

क] 130 व्ही

ड] 150 व्ही

Q 117] वेल्डिंग मशीन जे AC आणि DC दोन्ही पुरवू शकते]

अ] इंजिन चालित वेल्डिंग जनरेटर

ब] मोटर चालित वेल्डिंग जनरेटर

C] वेल्डिंग ट्रान्सफॉर्मर

ड] वेल्डिंगरेक्टिफायर

Q 118] 6 मिमी जाडीच्या सौम्य स्टील प्लेटच्या गॅस कटिंगसाठी, काय असावे नोजलचा आकार?

A] 0] 4 मिमी

B] 0] 6 मिमी

C] 0] 8 मिमी

ड] 1]0 मिमी

प्र 119] गॅस रेग्युलेटरचे कार्य ... आहे.

अ] आवश्यक प्रमाणात वायू मिसळणे

ब] कामाचा दबाव सेट करण्यासाठी

क] विविध प्रकारच्या ज्वाला मिळवण्यासाठी

ड] ब्लोपाइपमधून वाहणाऱ्या वायूचे प्रमाण बदलणे

Q 120] 12 मिमी जाडीच्या वेल्डिंगसाठी कोणती काठाची तयारी वापरावी एमएस प्लेट?

अ] अविवाहित

ब] दुहेरी

क] एकल

ड] बेव्हलिंग नाही

Q 121] वेल्डिंग करणे सर्वात सोपे आहे ....

अ] क्षैतिज स्थिती

ब] उभ्या स्थितीत

क] ओव्हरहेड स्थिती

ड] डाउनहँडस्थिती

Q 122] कोणता इंधन वायू जास्तीत जास्त ज्वाला तापमान देतो?

अ] एसिटिलीन

ब] कोळसा वायू

क] हायड्रोजन

ड] द्रव पेट्रोलियम वायू

प्र 123] आर्क वेल्डिंग दरम्यान स्पॅटर ........... मुळे होते.

अ] उच्चवेल्डिंगकरंट

ब] ओलसर इलेक्ट्रोडचा वापर

क] शॉर्ट आर्कचा वापर

ड] चाप फुंकणे

Q 124] TIG वेल्डिंगमध्ये पाणी पुरवठ्याचा उद्देश काय आहे?

अ] काम थंड करा

ब] टॉर्च धुवा

क] विकृती टाळा

ड] टॉर्चथंडकरा

Q 125] कामाच्या पृष्ठभागापासून वेल्ड बीडच्या वरपर्यंतचे अंतर आहे म्हणतात.........

अ] मण्यांची रुंदी

ब] मजबुतीकरण

क] आत प्रवेश करणे

ड] फ्यूजन झोन

Q 126] जर वेल्ड दुसर्या वेल्ड किंवा बेस मेटलसह एकत्र होत नसेल तर, त्याला ......... असे संबोधले जाते.

अ] अपूर्णसंलयन

ब] अपूर्ण बंधन

क] अपूर्ण प्रवेश

ड] अपूर्ण समावेश

Q 127] शिसे, जस्त आणि कॅडमियमची वाफ.........

अ] दुर्लक्ष केले जाऊ शकते

ब] अत्यंत ज्वलनशील असतात

क] घातकआहेत

ड] स्लॅग समाविष्ट होऊ शकते

प्र 128] सामान्यत: एसिटिलीन एका दराने सिलेंडरमधून सोडले पाहिजे जे ते ....... पेक्षा कमी वेळात रिकामे करेल

अ] २ तास

ब] 5 तास

क] 8 तास

ड] 10 तास

प्र 129] ओलावा सहजपणे उचलणारे इलेक्ट्रोड्सचा प्रकार आहे

अ] अम्लीय लेपित इलेक्ट्रोड्स

ब] बेसिकलेपितइलेक्ट्रोड्स

क] रुटाइल लेपित इलेक्ट्रोड

D] टायटॅनियम लेपित इलेक्ट्रोड

Q 1] चित्रात दर्शविलेले वेल्डिंग जॉइंट ओळखा]

अ] टी संयुक्त

ब] कोपरा जोड

क] बट संयुक्त

ड] <u>लॅपसंयुक्त</u>

Q 2] ऑक्सि-ॲसिटिलीन ज्वालाचे ज्वलन सुमारे ________ अंश तयार करते सेंटीग्रेड तापमान]

अ] 2400 ते 2700

ब] 1800 ते 2200

क] <u>3100 ते 3300</u>

ड] 1825 ते 1875

प्र 3] एसिटिलीन वायू कार्बन आणि ____________ यांचा बनलेला असतो

अ] आर्गॉन

ब] नायट्रोजन

C] <u>ऑक्सिजन</u>

ड] <u>हायड्रोजन</u>

Q 4] एसिटिलीन गॅस सिलेंडरचा रंग ______ आहे

हिरवा

ब] काळा

क] <u>लालरंग</u>

ड] निळा

Q 5] कोणत्या गॅस सिलेंडरला DA गॅस सिलेंडर असेही म्हणतात?

अ] <u>एसिटिलीनगॅससिलेंडर</u>

ब] ऑक्सिजन गॅस सिलेंडर

C] आर्गॉन गॅस सिलेंडर

ड] यापैकी नाही

प्र 6] द्रव एसीटोनचा 1 खंड एसिटिलीनचे ________ खंड विरघळू शकतो सामान्य वातावरणाचा दाब आणि तापमानाखाली वायू]

अ] १०

ब] २०

क] <u>२५</u>

ड] 30

Q 7] खालीलपैकी कोणता एक प्रकारचा गॅस रेग्युलेटर आहे जो ऑक्सिटिलीनमध्ये वापरला जातो

गॅस वेल्डिंग?

अ] सिंगल स्टेज रेग्युलेटर

ब] डबल स्टेज रेग्युलेटर

C] सिंगलआणिडबलस्टेजरेग्युलेटर

ड] यापैकी नाही

प्रश्न 8] चित्रात दाखवलेली उपकरणे ओळखा]

अ] गॅसरेग्युलेटर

ब] वेल्डिंग ब्लोपाइप

क] टिप क्लिनर

ड] स्पार्क फिकट

प्र 9] ऑक्सी ऍसिटिलीन गॅस कटिंग टॉर्चमध्ये, कटिंग नोजलचा कोन शरीरासह ___ अंश आहे]

अ] ४५

ब] 60

क] 90

ड] 120

Q 10] ऑक्सी ऍसिटिलीन गॅस वेल्डिंग ब्लोपाइपमध्ये, वेल्डिंगचा कोन मानेसह नोजल ___ डिग्री आहे]

अ] ४५

ब] 60

क] 90

ड] 120

प्र 11] नियंत्रित करण्यासाठी वेल्डिंग ब्लोपाइपमध्ये किती कंट्रोल व्हॉल्व्ह असतात ज्योत?

अ] १

ब] २

क] ३

ड] ४

Q 12] डावीकडे वेल्डिंग तंत्राला _______ असेही म्हणतात.

अ] फॉरवर्डतंत्र

ब] मागास तंत्र

क] बॅकहँड तंत्र

ड] आतील तंत्र

प्र 13] गॅस वेल्डिंगमध्ये फ्लक्सचे एक कार्य आहे _________]

अ] <u>मेटलऑक्साईडविलीनकरण्यासाठी</u>

ब] धातूचा वितळण्याचा बिंदू कमी करण्यासाठी

C] ज्वालाचे तापमान वाढवण्यासाठी

ड] रबरी नळी साफ करण्यासाठी

Q 14] ब्रेझिंगमध्ये वापरल्या जाणाऱ्या फिलर धातूचे द्रव तापमान अधिक असते _________ अंश सेंटीग्रेड पेक्षा]

अ] 150

ब] <u>450</u>

क] ७२३

ड] 100

Q 15] ऑक्सिटिलीन कटिंग प्रक्रियेत वापरल्या जाणाऱ्या कटिंग नोजलचा आकार प्रामुख्याने ______ वर अवलंबून असते

अ] <u>कापण्यासाठीधातूचीजाडी</u>

ब] ऑक्सिजनची शुद्धता

क] कट कालावधी

ड] कटिंग ब्लोपाइपचा प्रकार

Q 16] खालीलपैकी कोणता गॅस वेल्डिंग दोष आहे?

अ] तडा

ब] सच्छिद्रता

क] संलयनाचा अभाव

ड] <u>हेसर्व</u>

Q 17] ऑक्सि-ऍसिटिलीनमधील ज्योत प्रज्वलित करण्यासाठी खालीलपैकी कोणता वापरला जातो

गॅस कटिंग?

अ] इलेक्ट्रोड धारक

ब] इलेक्ट्रोड

क] <u>स्पार्कफिकट</u>

ड] टिप क्लिनर

प्र 18] विद्युत प्रवाहाचे एकक काय आहे?

ब] <u>अँपिअर</u>

क] ओम

ड] मीटर

प्र 19] ज्या दाबामुळे विद्युत प्रवाह वाहू लागतो त्याला म्हणतात

________]

अ] विद्युत प्रवाह

ब] विद्युत प्रतिकार

क] चालकता

ड] व्होल्टेज

Q 20] आर्क वेल्डिंगमध्ये कोणते मशीन DC ला AC पुरवठा बदलते?

अ] ट्रान्सफॉर्मर

ब] पाईप फुंकणे

क] वेल्डिंगरेक्टिफायर

ड] यापैकी नाही

Q 21] खालीलपैकी कोणते AC वेल्डिंग मशीन आहे?

अ] डीसी मोटर जनरेटर

ब] एसीवेल्डिंगट्रान्सफॉर्मर

क] रेक्टिफायर सेट

ड] यापैकी नाही

Q 22] खालीलपैकी कोणते वेल्डिंग पोझिशन आहे?

सपाट

ब] 2F

क] ३जी

ड] हेसर्व

Q 24] खालीलपैकी कोणता दीर्घ चाप प्रभाव आहे?

अ] कमी स्पॅटर

ब] अधिक संलयन

क] अधिकथुंकणे

ड] यापैकी नाही

प्र 25] वेल्ड सेंटरमधून लांबीच्या दिशेने जाणारी काल्पनिक रेषा आहे म्हणून ओळखले__________]

अ] वेल्ड रोटेशन

ब] वेल्ड मणी

क] वेल्ड स्लॉप

ड] वेल्डचाअक्ष

प्र 26] सरळ ध्रुवतेला _______ असेही म्हणतात.

अ] DCEP

ब] DCEN

क] MMAW

ड] GMAW

Q 27] जेव्हा चुंबकीय मुळे कंस त्याच्या नियमित मार्गापासून विचलित होतो गडबड त्याला _______ म्हणतात

अ] चापफुंकणे

ब] ओव्हरलॅप

क] अंडरकट

ड] चाप सापळा

प्र 28] ब्लोपाइप नोजलचे टोक ______ ने साफ केले पाहिजे.

अ] मऊ तांब्याची तार

ब] स्टील वायर

क] एक लहान ड्रिल

ड] टिपक्लिनर

Q 29] खालीलपैकी कोणते सुरक्षा साधन संरक्षणासाठी वापरले जाते ग्राइंडिंग करताना डोळे?

अ] हाताचा पडदा

ब] शिरस्त्राण

क] चिपिंगगॉगल

ड] चिपिंग स्क्रीन

प्र ३०] लाईट लेपित इलेक्ट्रोडसाठी फ्लक्स कोटिंग फॅक्टरचे मूल्य __________ आहे

अ] १] २५ते१] ३

ब] १] ४ ते १] ५

क] १] ८ ते २] २

ड] २ पेक्षा जास्त] २

प्र 31] वेल्डिंगमध्ये अंडरकट होण्याचे कारण खालीलपैकी कोणते आहे?

अ] प्रवाहखूपजास्तआहे

ब] प्रवाह खूप कमी आहे

क] लांब चाप वापरणे

ड] यापैकी नाही

Q 32] अमेरिकन इलेक्ट्रोड कोडिंग E7018 मधील क्रमांक 7018 चा तिसरा अंक दर्शविते ______________]

अ] सांध्याची तन्य शक्ती

ब] वेल्डिंगस्थिती

क] फ्लक्स कोटिंगचा प्रकार

ड] वेल्डिंग करंट आणि व्होल्टेजची स्थिती

Q 33] गॅस मेटल आर्क वेल्डिंगमध्ये कोणत्या प्रकारच्या उर्जा स्त्रोताचा वापर केला जातो?

अ] स्थिरव्होल्टेज

ब] स्थिर प्रवाह

क] सतत प्रतिकार

ड] यापैकी नाही

Q 34] MIG वेल्डिंगमध्ये खालीलपैकी कोणता मेटल ट्रान्सफर मोड देखील आहे डिप ट्रान्सफर म्हणतात?

अ] स्प्रे हस्तांतरण

ब] शॉर्टसर्किटहस्तांतरण

C] गोलाकार हस्तांतरण

ड] यापैकी नाही

Q 35] GMA वेल्डिंगच्या वायर फीडरचा खालीलपैकी कोणता भाग आहे?

अ] मोटार चालवा

ब] ड्राइव्ह रोलर

क] वायर स्पूल धारक

ड] हेसर्व

Q 36] GMAW वायर इलेक्ट्रोड E 70S-2 च्या अमेरिकन कोडिंगमधील शेवटचा अंक दर्शविते _____]

अ] सांध्याची तन्य शक्ती

ब] वायरचीरासायनिकरचना

क] फ्लक्स कोटिंगचा प्रकार

ड] वेल्डिंग करंट आणि व्होल्टेजची स्थिती

Q 37] FCAW मध्ये, डिपॉझिशन कार्यक्षमता सामान्यतः असते यांच्यातील________]

अ] 20% ते 30%

ब] ३०% ते ४५%

C] 60% ते 66%

ड] 80% ते 86%

Q 38] खालीलपैकी कोणता वायू GMAW मध्ये संरक्षणासाठी वापरला जातो आर्गॉन व्यतिरिक्त?

अ] कार्बनडायऑक्साइड

ब] नायट्रोजन

C] ऑक्सिजन

ड] हायड्रोजन

Q 39] TIG वेल्डिंगमध्ये कोणत्या प्रकारच्या उर्जा स्त्रोताचा वापर केला जातो?

अ] स्थिर व्होल्टेज

ब] स्थिरप्रवाह

क] सतत प्रतिकार

ड] यापैकी नाही

Q 40] TIG वेल्डिंग टॉर्चचा कोणता भाग इलेक्ट्रोड धारण करतो?

अ] नोझल

ब] कोलेट

क] मागची टोपी

ड] शिसे

प्र 41] गॅस टंगस्टन आर्क वेल्डिंगमध्ये वापरल्या जाणाऱ्या टॉर्चचे गॅस नोजल कशापासून बनलेले आहे?

_______]

अ] प्लास्टिक

ब] तांबे

क] काच

ड] सिरॅमिक

Q 42] चित्रात दाखवलेली उपकरणे ओळखा]

अ] गॅस रेग्युलेटर

ब] फ्लोमीटर

क] कोलेट

ड] मशाल

Q 43] शुद्ध टंगस्टनचा वितळण्याचा बिंदू अंदाजे _______ अंश असतो सेंटीग्रेड]

अ] 2050

ब] 2550

क] 2830

ड] ३३८०

Q 44] खालीलपैकी कोणते विधान खरे आहे?

अ] आर्गॉन हा रंगहीन वायू आहे

ब] आर्गॉन हेलियमपेक्षा जड आहे

C] हेलियम हा रंगहीन वायू आहे

ड] हेसर्व

Q 45] TIG वेल्डिंगमध्ये वापरल्या जाणाऱ्या इनर्ट गॅसचा उद्देश काय आहे?
अ] वितळलेल्याधातूचेवातावरणातीलदूषिततेपासूनसंरक्षणकरण्यासाठी
ब] वेल्ड मेटलमध्ये दूषित करणे
क] चाप स्थिर करणे
ड] अधिक स्पॅटर मिळविण्यासाठी
Q 46] खालीलपैकी कोणते विधान बुडलेल्या चाप बद्दल खरे नाही
वेल्डिंग?
अ] या वेल्डिंगमध्ये कोणतेही स्पॅटरिंग होत नाही]
ब] वेल्डिंग सपाट स्थितीत करता येते]
क] ओव्हरहेडस्थितीतवेल्डिंगकरतायेते]
ड] यापैकी नाही
Q 47] स्पॉट वेल्डिंगमध्ये वापरले जाणारे इलेक्ट्रोड कोणत्या धातूपासून बनलेले आहे?
अ] तांबे
ब] पितळ
क] कार्बन
ड] ॲल्युमिनियम
Q 48] खालीलपैकी कोणते फ्लॅश बट पासून सहज वेल्डेड केले जाऊ शकते
वेल्डिंग प्रक्रिया?
अ] कास्ट लोह
ब] शिसे
क] पितळ
ड] सौम्यपोलाद
प्र 49] प्रोजेक्शन वेल्डिंग आणि सीम वेल्डिंग हे _________ चे प्रकार आहेत.
वेल्डिंग]
अ] गॅस मेटल आर्क वेल्डिंग
B] TIG वेल्डिंग
क] प्रतिकारवेल्डिंग
ड] घर्षण वेल्डिंग
Q 50] स्लॅग आणि ऑक्साईड काढण्यासाठी खालीलपैकी कोणते वापरावे
कास्ट लोह वेल्डिंग केल्यानंतर?
अ] टिप क्लिनर
ब] बॉल पेन हातोडा
क] वायरब्रश
ड] यापैकी नाही

Q 51] वेल्ड क्षय टाळण्यासाठी कोणत्या प्रकारची फिलर रॉड निवडली पाहिजे स्टेनलेस स्टील वेल्डिंग?

अ] कोलंबियमबेस

ब] कॉपर लेपित सौम्य स्टील

C] सुपर सिलिकॉन

ड] यापैकी नाही

Q 52] वर्कपीसचे प्रीहिटिंग तापमान याद्वारे तपासले जाऊ शकते ________]

अ] बोटाने स्पर्श करणे

ब] पायरोमीटर

C] क्रेयॉनदर्शविणारेतापमान

ड] थर्मोकपल

Q 53] गॅस वेल्डिंगसाठी कोणत्या प्रकारच्या ऑक्सी-एसिटिलीन गॅस फ्लेमचा वापर केला जातो?

शुद्ध अ‍ॅल्युमिनियम?

अ] तटस्थ

ब] कार्ब्युरिझिंग

क] ऑक्सिडायझिंग

ड] यापैकी नाही

Q 54] खालीलपैकी कोणता अ‍ॅल्युमिनियमचा गुणधर्म नाही?

अ] चांगली थर्मल चालकता

ब] चांगली विद्युत चालकता

क] हलके वजन

ड] खराबविद्युतचालकता

Q 55] खालीलपैकी कोणता शब्द वेल्डिंगशी संबंधित आहे?

अ] WPS

ब] AWS

क] WPQ

ड] हेसर्व

Q 56] Izod आणि Charpy मशीन ________ चाचणीशी संबंधित आहेत]

अ] प्रभाव

ब] लवचिकता

क] कडकपणा

ड] रांगणे

Q 57] रॉकवेलच्या मदतीने कोणत्या सामग्रीची गुणवत्ता तपासली जाऊ शकते आणि ब्रिनेल चाचणी?

अ] कडकपणा

ब] निंदनीयता

क] लवचिकता

ड] लवचिकता

Q 58] डाई पेनिट्रंट चाचणीमध्ये पेनिट्रंट ________ कृतीने क्रॅकमध्ये जातो.

अ] केशिका

ब] घर्षण

क] विकिरण

ड] वहन

Q 59] खालीलपैकी कोणत्या चाचणीमध्ये उच्च वारंवारतेच्या ध्वनी लहरी आहेत वापरले?

अ] दाब चाचणी

ब] प्रभाव चाचणी

क] रेडियोग्राफी चाचणी

ड] प्रचंडकंपनसंख्याअसलेल्या (ध्वनिलहरी) चाचणी

प्रश्न ६०] गॅमा किरण __________ द्वारे तयार होतात.

अ] इरिडियम

ब] कोबाल्ट 60

क] टायटॅनियम

ड] तुंगस्ते

Q 61] MIG वेल्डिंग टॉर्चचे संपर्क टोक तयार करण्यासाठी कोणत्या धातूचे मिश्रण वापरले जाते?

\ MIG

अ] तांबे

ब] ॲल्युमिनियम

क] सौम्य पोलाद

ड] जस्त

Q 62] TIG वेल्डिंगमध्ये कोणता शील्डिंग वायू वापरला जातो?

अ] हायड्रोजन

ब] नायट्रोजन

क] आर्गॉन

ड] ओझोन

Q 63] यापैकी कोणती रेझिस्टन्स वेल्डिंग प्रक्रिया नाही?

अ] प्रोजेक्शन वेल्डिंग

ब] शिवण वेल्डिंग

क] फ्लॅश बट वेल्डिंग

ड] कार्बनआर्कवेल्डिंग

Q 64] प्लेट्स .......... जाड असताना सिंगल व्ही एजची तयारी वापरली जाते वेल्डेड करायचे आहे]

अ] 1 ते 5 मि.मी

ब] 5 ते 15 मि.मी

क] 15 ते 25 मि.मी

ड] 25 मिमी पेक्षा जास्त

प्र 65] वेल्डिंग प्रक्रियेसाठी दाणेदार स्वरूपात फ्लक्स आवश्यक आहे.........

अ] गॅस वेल्डिंग

ब] बुडलेल्याचापवेल्डिंग

क] मॅन्युअल मेटल आर्क वेल्डिंग

ड] थर्मिट वेल्डिंग

प्र 66] ॲल्युमिनियमच्या वेल्डिंगसाठी वापरल्या जाणाऱ्या ऑक्सी-ऍसिटिलीन ज्वाला आहे.

अ] ऑक्सिडायझिंग ज्वाला

ब] तटस्थ ज्योत

C] जास्त ऑक्सिजनच्या थोड्या धुकेसह तटस्थ ज्योत

डी] जास्तऍसिटिलीनच्याथोड्याधुकेसहतटस्थज्वाला

प्र 67] वेल्डेड केलेले भाग अलाइनमेंटमध्ये ठेवण्यासाठी वापरल्या जाणाऱ्या उपकरणास म्हणतात

अ] वेल्डिंगजिग

ब] वेल्डिंग फिक्स्चर

क] वेल्डिंग पोझिशनर

ड] वेल्डिंग मॅनिपुलेटर

Q 68] ज्या प्रक्रियेमध्ये उपभोग्य नसलेल्या इलेक्ट्रोडचा वापर होतो ती ......... आहे.

अ] TIG

ब] एमआयजी

क] MAG

ड] सा

प्र 69] गॅस कटिंग करताना ब्लोपाइप हलवली तर काय होईल

वारंवार पासून?

अ] केर्फ अरुंद असेल

ब] <u>केर्फरुंदअसेल</u>

क] केर्फवर कोणताही परिणाम होणार नाही

ड] कर्फ योग्य आकाराचा असेल

Q 70] कास्ट आयर्न उत्तम प्रकारे वेल्डेड केले जाऊ शकते.........

अ] एमआयजी वेल्डिंग

B] TIG वेल्डिंग

क] आर्क वेल्डिंग

ड] <u>गॅसवेल्डिंग</u>

प्र 71] सपाट पट्टीचे दोन तुकडे असताना कोणत्या प्रकारचे वेल्ड मिळते
टी फॉर्ममध्ये सामील झाले?

अ] बट

ब] <u>फिलेट</u>

क] लॅप

ड] कडा

Q 72] अंतर्गत तपासण्यासाठी कोणत्या प्रकारची गैर-विनाशकारी चाचणी योग्य आहे
उच्च दाब बॉयलर वेल्डिंगमध्ये दोष?

अ] <u>रेडियोग्राफिकचाचणी</u>

ब] व्हिज्युअल चाचणी

क] चुंबकीय कण चाचणी

ड] डाई पेनिट्रंट चाचणी

औद्योगिक प्रशिक्षण संस्था

मासिक चाचणी-1, गुण- 20, तारीख:- _______________

(प्रत्येक प्रश्नाला दोन गुण असतात)

16] SS प्रणालीचा फायदा ------ आहे.

अ] उत्पादकतेत वाढ

ब] गुणवत्तेत वाढ

क] वेळेचा अपव्यय कमी करणे

ड] हे सर्व

17] सुरक्षा म्हणजे -----------

अ] कोणाचाही व्यवसाय नाही

ब] प्रत्येक शरीराचा व्यवसाय

क] काही शरीर व्यवसाय

ड] संस्थेचा व्यवसाय

18] मूलभूत श्रेणींसाठी सुरक्षा चिन्हे उपलब्ध आहेत "निषेध" चिन्हाचा अर्थ ----

अ] दाखवते की ते केले जाऊ नये

ब] काय केले पाहिजे ते दाखवते

क] धोक्याची किंवा धोक्याची चेतावणी देते

ड] सुरक्षा तरतुदीची माहिती देते

18] एक मायक्रोमीटर (U] समान आहे...

अ] 0.1 मि.मी

ब] ०.०१ मिमी

C] 0.001 मिमी

ड] 0.0001 मिमी

19] स्लॉटची रुंदी मोजण्यासाठी कॅलिपर म्हणजे...

अ] विषम पाय कॅलिपर

ब] बाहेरील कॅलिपर

C] जेनी कॅलिपर

ड] कॅलिपरच्या आत

20] विभाजकांचा आकार ----------- द्वारे निर्दिष्ट केला जातो.

अ] पायांची एकूण लांबी

ब] पूर्णपणे उघडल्यावर बिंदूमधील अंतर

क] बिंदू नसलेल्या पायांची लांबी

D] पिव्होट आणि बिंदूमधील अंतर

21] समांतर रेषा चिन्हांकित करण्यासाठी वापरलेले साधन आहे, डेटाम काठाच्या समांतर आहे -

अ] जेनी कॅलिपर

ब] विभाजक

क] बाहेरील कॉलीपर

ड] कॅलिपरच्या आत

22] खालीलपैकी कोणते एक अप्रत्यक्ष मोजण्याचे साधन आहे?

अ] बाहेरील कॅलिपर

ब] व्हर्नियर कॅलिपर

क] पोलादी नियम

ड] बाहेरील मायक्रोमीटर

23] पातळ नळ्या कापण्यासाठी, हॅकसॉ ब्लेडची सर्वात योग्य पिच आहे...

अ] 1.8 मिमी

ब] 1.4 मिमी

क] 1 मि.मी

ड] 0.8 मि.मी

24] ठोस पितळ कापण्यासाठी, हॅकसॉ ब्लेडची सर्वात योग्य पिच आहे...

अ] 1.8 मिमी

ब] 1.4 मिमी

क] 1 मि.मी

ड] 0.8 मि.मी

औद्योगिक प्रशिक्षण संस्था

मासिक चाचणी-2, गुण- 20, तारीखः- ______________

(प्रत्येक प्रश्नाला दोन गुण असतात)

31] स्क्राइबर बनलेले आहेत ...

अ] सौम्य पोलाद

ब] उच्च कार्बन स्टील

क] पितळ

ड] कास्ट लोह

32] हँडल फिक्स करण्यासाठी वापरल्या जाणाऱ्या हातोड्याचा भाग...

चेहरा

ब] पेन

क] गाल

ड] डोळा छिद्र

33] चिन्हांकित करण्याच्या हेतूने हातोड्याचे वजन आहे ...

अ] 250 ग्रॅम

ब] 500 ग्रॅम

क] १ किग्रॅ

ड] 2 किग्रॅ

हातोडा

34] डिव्हायडर्सचा आकार द्वारे निर्दिष्ट केला जातो ...

अ] पायांची एकूण लांबी

ब] पूर्णपणे उघडल्यावर बिंदूमधील अंतर

क] बिंदूशिवाय पायांची लांबी

D] पिव्होट आणि बिंदूमधील अंतर

35] 'V' ब्लॉकच्या खोबणीचा समाविष्ट केलेला कोन नेहमीच असतो....

अ] ४५०

ब] ६०◦
क] ९०◦
ड] 120◦
36] 'V' ब्लॉक्सच्या ग्रेडमध्ये उपलब्ध आहेत...
अ] अ आणि ब
ब] अ, ब आणि क
क] १,२ आणि ३
ड] १ आणि २
37] 'B' ग्रेडचे 'V' ब्लॉक बनलेले आहेत
अ] कास्ट लोह
ब] सौम्य पोलाद
क] पोलाद
ड] कास्ट स्टील
38] केंद्र शोधण्यासाठी वापरलेल्या पंचाचे नाव सांगा.
अ] प्रिक पंच ३०°
ब] प्रिक पंच ६०°
क] केंद्र पंच
ड] डॉट पंच
मध्यभागी पंच
39] केंद्र पंचाचा बिंदू कोन -------- आहे.
अ] ३०°
ब] ५०°
c] 900
ड] 1200
40] पंचांचा वापर --------- कोणत्याही आकाराचा बनवण्यासाठी केला जातो
अ] छिद्र
ब] खाण
C] Knurling
ड] रीमिंग

औद्योगिक प्रशिक्षण संस्था

मासिक चाचणी-३, गुण- २०, तारीखः- ______________

(प्रत्येक प्रश्नाला दोन गुण असतात)

५०] कटिंग एजला थोडासा बहिर्वक्रता दिला जातो...
अ] वक्र पृष्ठभाग कापून टाका

ब] टोकदार कोपरे कापून घ्या

क] टोके खोदण्यास प्रतिबंध करा

ड] वंगण आत येऊ द्या

51] सरफेस प्लेट्स कशापासून बनतात...

अ] उच्च दर्जाचे कास्ट स्टील

ब] बारीक कच्चा लोह

क] मिश्र धातु स्टील्स

ड] लोह

52] पृष्ठभाग प्लेट्स त्यांच्या लांबी आणि रुंदीनुसार निर्दिष्ट केल्या जातात आणि मध्ये असतात

अ] डेसिमीटर

ब] घनमीटर

क] दंडगोलाकार

53] कोन प्लेटच्या मशीन नसलेल्या भागावर बरगड्या दिल्या जातात...

अ] सुलभ हाताळणी

ब] उत्पादनात सोय

C] मशीनवर सेट करताना क्लॅम्पिंग

ड] कडकपणा आणि विकृती टाळण्यासाठी

54] अँगल प्लेटवरील स्लॉट यासाठी दिले आहेत...

अ] वजन कमी करणे

ब] काम संरेखित करणे

क] हुक वापरून उचलणे

ड] सामावून घेणारे बोल्ट.

55] कोन प्लेट्सचा आकार द्वारे दर्शविला जातो ...

अ] वजन

ब] लांबी

क] लांबी x रुंदी

ड] आकार क्रमांक

56] सिमेंट कार्बाइड सारख्या मटेरियलवर हाय स्पीड पार्टिंग ऑफ कामासाठी

अ] सर्व मशीन करा

ब] कापण्याचे यंत्र

क] हेवी ड्युटी पॉवर पाहिले

ड] खाण यंत्र बसलेले पाहिले

57] तोफा हा तांब्याचा धातू आहे, ------------

अ] कथील आणि जस्त

ब] शिसे आणि जस्त

क] झिंक आणि निकेल

ड] शिसे आणि निकेल

58] कास्ट आयर्नचा वापर मशीन बेड तयार करण्यासाठी केला जातो कारण -------

अ] ते अधिक संकुचित तणावाचा प्रतिकार करू शकते

ब] ते वजनाने जड असते

क] हा स्वस्त धातू आहे

ड] हा एक ठिसूळ धातू आहे

59] मायक्रोमेट्रिकच्या बाहेर मेट्रिकची अचूकता किंवा किमान गणना --------- आहे

अ] 0-1 मिमी

ब] 0.01 मिमी

C] 0.001 मिमी

ड] 0.02 मिमी

औद्योगिक प्रशिक्षण संस्था

मासिक चाचणी-4, गुण- 20, तारीखः- ______________

(प्रत्येक प्रश्नाला दोन गुण असतात)

70] व्हर्नियर बेव्हल प्रोट्रॅक्टरची सर्वात कमी गणना आहे...

अ] १"

B] 5'

क] 1◦

ड] 5 ◦

71] व्हर्नियर बेव्हल प्रोट्रेक्टरचा भाग जो सामान्यतः
कोन मोजण्यासाठी संदर्भ आधार म्हणून वापरला जातो ...

अ] ब्लेड

ब] साठा

क] डिस्क

क] मुख्य प्रमाण

72] व्हर्नियर बेव्हल प्रोटेक्टरचा भाग ज्यावर मुख्य प्रमाणात विभाजने चिन्हांकित केली जातात ...

अ] साठा

ब] डायल करा

क] डिस्क

ड] समायोज्य ब्लेड

73] बेव्हल प्रोट्रेक्टरचा भाग, जो झुकलेल्या पृष्ठभागाच्या संपर्कात असताना मोजमाप म्हणजे...

अ] ब्लेड

ब] साठा

क] डिस्क

ड] डायल

74] व्हर्नियर बेव्हल प्रोट्रॅक्टरच्या मुख्य स्केलच्या प्रत्येक भागाचे मूल्य आहे...

अ] ५'

ब] 1◦

क] 5◦

ड] 10◦

75] बेव्हल प्रोट्रॅक्टरच्या व्हर्नियर स्केलच्या प्रत्येक भागाचे मूल्य आहे...

अ] 1◦

ब] 1◦5'

C] 1◦55'

D] 5'

76] टेपर शँक ड्रिल मशीनवर याद्वारे धरले जातात ...

अ] चक

ब] बाही

क] वाहून जाणे

ड] वाइस

77] ड्रिल चक्स ड्रिलिंग मशीनच्या स्पिंडलवर एका... द्वारे बसवले जातात.

अ] नर्ल्ड रिंग

ब] आर्बर

क] वाहून जाणे

ड] पिनियन आणि किल्ली

78] ड्रिल्सवर दिलेला मोर्स टेपर...

A] MT 1 ते MT 5

ब] MT 1 ते MT 4

C] MT 0 ते MT 5

D] MT 0 ते MT 4

79] ड्रिफ्टचा वापर यासाठी केला जातो...

अ] ड्रिल स्थान काढणे

ब] मशीन स्पिंडलवर चक फिक्स करणे

क] कामातून तुटलेली ड्रिल काढणे

ड] मशीन स्पिंडलमधून ड्रिल काढणे

औद्योगिक प्रशिक्षण संस्था

मासिक चाचणी-5, गुण- 20, तारीखः- _______________

(प्रत्येक प्रश्नाला दोन गुण असतात)

90] खालीलपैकी कोणते ड्रिलिंग मशीन हेवी ड्युटी कामासाठी वापरले जाते?

अ] बेंच ड्रिलिंग मशीन

ब] पिलर ड्रिलिंग मशीन

क] रेडियल ड्रिलिंग मशीन

ड] इलेक्ट्रिक हँड ड्रिलिंग मशीन

91] ड्रिल चक मशीनच्या स्पिंडलवर ------ च्या माध्यमातून धरले जातात.

अ] आर्बर

ब] वाहून जाणे

क] ड्रॉ-इन बार

ड] चक नट

92] संवेदनशील बेंच ड्रिलिंग मशीनमध्ये ---- द्वारे भिन्न वेग प्राप्त केले जातात.

अ] बेल्ट पुली यंत्रणा

ब] हायड्रोलिक यंत्रणा

क] रॅक आणि पिनियन यंत्रणा

ड] कॅम आणि अनुयायी यंत्रणा

103] तोफा धातू हा तांब्याचा मिश्र धातु आहे, ------------

अ] कथील आणि जस्त

ब] शिसे आणि जस्त

क] झिंक आणि निकेल

ड] शिसे आणि निकेल

104] गटर, छताचे फ्लॅशिंग, हुड इत्यादी बनवण्यासाठी.

अ] गॅल्वनाइज्ड लोह

ब] स्टेनलेस स्टील

क] तांब्याचे पत्र

ड] धातूची पत्रके

105] डेअरी मध्ये. फूड प्रोसेसिंग, किचन वेअर इ.

अ] गॅल्वनाइज्ड लोह

ब] स्टेनलेस स्टील

क] तांब्याचे पत्र

ड] धातूची पत्रके

106] बादल्या, हीटिंग डक्ट, कॅबिनेट इत्यादी बनवण्यासाठी.

अ] गॅल्वनाइज्ड लोह

ब] स्टेनलेस स्टील

क] तांब्याचे पत्र

ड] धातूची पत्रके

107] एका शीटमध्ये अनेक छिद्र पाडणे याला काय म्हणतात?

अ) छिद्र पाडणे

ब) विभक्त होणे

c) नॉचिंग

ड) लॅन्सिंग

108] शीटचे दोन किंवा अधिक तुकडे करणे याला काय म्हणतात?

अ) छिद्र पाडणे

ब) विभक्त होणे

c) नॉचिंग

ड) लॅन्सिंग

109] कातरण्याच्या ऑपरेशनमध्ये काठावरुन तुकडे काढणे याला काय म्हणतात?

अ) छिद्र पाडणे

ब) विभक्त होणे

c) नॉचिंग

ड) लॅन्सिंग

औद्योगिक प्रशिक्षण संस्था

मासिक चाचणी-6, गुण- 20, तारीख:- _______________

(प्रत्येक प्रश्नाला दोन गुण असतात)

182] खालीलपैकी कोणते फक्त

धाग्याचे योग्य स्वरूप पूर्ण करण्यासाठी आणि राखण्यासाठी वापरले जाते?

एक नळ

ब] थ्रेडिंग साधन

क] थ्रेडिंग चेझर

ड] टिपलेले साधन

188] एक मृत्यू ज्यामध्ये एका स्ट्रोकमध्ये एकापेक्षा जास्त कटिंग ऑपरेशन्स तयार होतात

अ] छेदून मरणे

ब] पुरोगामी मरतात

क] संयोजन मरतात

ड] कंपाऊंड मरणे

189] एक डाय ज्यामध्ये प्रत्येक स्ट्रोकमध्ये कटिंग आणि नॉन कटिंग ऑपरेशन्स केल्या जातात.

अ] छेदून मरणे

ब] पुरोगामी मरतात

क] संयोजन मरतात

ड] कंपाऊंड मरणे

डाय टॅप करा

190] एक मृत्यू ज्यामध्ये दोन किंवा अधिक अनुक्रमिक ऑपरेशन दोन किंवा अधिक स्थानकांवर केले जातात

कामावर.

अ] छेदून मरणे

ब] पुरोगामी मरतात

क] संयोजन मरतात

ड] कंपाऊंड मरणे

191] एक डाय ज्यामध्ये पंच आणि डायचे आकार

कमी किंवा कोणत्याही धातूच्या प्रवाहासह थेट धातूमध्ये पुनरुत्पादित केले जातात.

अ] पुरोगामी मरतात

ब] संयोजन मरतात

क] कंपाऊंड मरतात

ड] फॉर्मिंग मरणे

192] कोणत्याही आकाराची छिद्रे तयार करण्यासाठी डाय वापरला जातो.

अ] छेदून मरणे

ब] पुरोगामी मरतात

क] संयोजन मरतात

ड] कंपाऊंड मरणे

193] अपघर्षकांचे वर्गीकरण ............ मध्ये केले जाते.

अ] दोन प्रकार

ब] तीन प्रकार

c] एक प्रकार

ड] चार प्रकार

194] ------------------- वरून बनवलेली ग्राइंडिंग व्हील्स सर्वात सामान्य आहेत कारण त्याच्या मुक्त आणि

थंड कटिंग क्रियेमुळे.

अ] ॲल्युमिनियम ऑक्साईड

ब] सिलिकॉन ऑक्साईड

C] अमोनियम ऑक्साईड

ड] कार्बाइड.

धातू नसलेल्या वस्तू कापण्यासाठी चाके कापण्यासाठी वापरला जातो ?

अ] ॲल्युमिनियम ऑक्साईड

ब] सिलिकॉन कार्बाइड

क] हिरा

ड] वरीलपैकी नाही

196] टंगस्टन कार्बाइड टूल इन्सर्ट पीसण्यासाठी कोणता अपघर्षक कण वापरला जातो?

अ] सिलिकॉन कार्बाइड

ब] ए|२०३

क] हिरा

ड] कोरंडम

औद्योगिक प्रशिक्षण संस्था

मासिक चाचणी-7, गुण- 20, तारीख:- ______________

(प्रत्येक प्रश्नाला दोन गुण असतात)

200] काँक्रीटचे दगड आणि गवंडी कापण्यासाठी चाकाचा कोणत्या प्रकारचा अपघर्षक कट वापरावा?

अ] सिलिकॉन

ब] Al203

क] डायमंड ग्रिट

ड] काच

201] ॲल्युमिनियम ऑक्साईड चाक पीसण्यासाठी वापरले जाते ------------

अ] कास्ट लोह

ब] सिमेंट कार्बाइड.

क] HSS'

ड] सिरॅमिक

202] टिप केलेल्या उपकरणाच्या ऑफहँड ग्राइंडिंगसाठी योग्य हिऱ्याच्या चाकाचा बंध ........... आहे.

अ] रेझिनोइड

ब] विट्रिफाइड

क] शेलॅक
ड] धातू
ग्राइंडिंग व्हील
318] प्रति इंच थ्रेड्सची संख्या a सह तपासली जाऊ शकते
अ] टूल गेज
ब] मोजणी करून मेट्रिक नियम
क] रिंग गेज
ड] स्क्रू पिच गेज
स्क्रू पिच गेज
319] थ्रेडिंग करताना, कॅरेज मार्गाने हलविली जाते
अ] ट्रॅकवर एक गियर ट्रेन
ब] फीड रॉड स्प्लाइन किंवा की-वे
सी] लीड स्क्रू थ्रेड
ड] हाताचे चाक
320] थ्रेड चेझर्ससाठी वापरले जातात
अ] धाग्यांचे जलद उत्पादन
ब] धाग्याचे अचूक स्वरूप राखणे
क] कठीण पदार्थांवर धागे कापणे
डी] मऊ पदार्थांवर धागे कापणे
प्रश्न 1. खालीलपैकी कोणते अपघाताचे कारण नाही
अ). धोक्याची जाणीव
ब). सुरक्षिततेकडे दुर्लक्ष
सी). योग्य सुरक्षा प्रक्रिया समजून घेण्याची कमतरता
डी). साधनांचा अयोग्य वापर
प्रश्न 2. जर तुमच्या मित्राला विजेचा जोरदार धक्का बसला तर पहिली कृती काय आहे
अ). थेट कंडक्टरकडून मित्राला ओढा
ब). मित्र जळू नये म्हणून पाणी घाला
सी). प्रथमोपचार पेटी आणा
डी). विद्युत प्रवाह ताबडतोब बंद करा
प्रश्न 3. खालील जुळवा - सुरक्षितता चिन्हे आकार
(i) निषेध चिन्ह (p) त्रिकोणी
(ii) चेतावणी चिन्ह (q) चौरस
(iii) माहिती (r) डेटा
अ). (i) - (r) ; (ii) - (p); (iii) - (q)

ब). (i) - (p); (ii) - (r) ; (iii) - (q)

सी). (i) - (r) ; (ii) - (q) ; (iii) - (p)

डी). (i) - (q) ; (ii) - (p); (iii) - (r)

प्रश्न 4. आकृतीत दाखवल्याप्रमाणे चेतावणी चिन्ह ओळखा -

अ). स्फोटाचा धोका

ब). इलेक्ट्रिक शॉकचा धोका

सी). आयनीकरण रेडिएशनचा धोका

डी). आगीचा धोका

औद्योगिक प्रशिक्षण संस्था

मासिक चाचणी-8, गुण- 20, तारीख:- ______________

(प्रत्येक प्रश्नाला दोन गुण असतात)

प्रश्न 10. पंच __________ चे बनलेले असतात.

अ). स्टेनलेस स्टील

ब). साधन स्टील

सी). सौम्य स्टील

डी). ओतीव लोखंड

प्रश्न 11. खालीलपैकी कोणता रिव्हेटचा भाग नाही

अ). डोके

ब). शरीर

सी). शेपूट

डी). तांग

Q 12. _____________ रिव्हेटचा वापर धातूच्या पृष्ठभागावरील रिव्हेटच्या डोक्याची उंची कमी करण्यासाठी केला जातो.

अ). अळंबीचा वरचा भाग

ब). स्नॅप डोके

सी). पॅन डोके

डी). काउंटरस्कंक डोके

प्र 13. आकृतीत दाखवल्याप्रमाणे रिव्हेट ओळखा -

अ). पॅन डोके

ब). काउंटरस्कंक डोके

सी). स्नॅप डोके

डी). अळंबीचा वरचा भाग

प्रश्न 15. सोल्डरिंगमध्ये, _______________ हे प्रामुख्याने स्टेनलेस स्टीलसाठी फ्लक्स म्हणून वापरले जाते.

अ). फॉस्फरिक आम्ल

ब). हायड्रोक्लोरिक आम्ल

सी). झिंक क्लोराईड

डी). अमोनियम क्लोराईड

प्रश्न 16. पितळ, तांबे आणि दागिने सोल्डरिंगसाठी कोणत्या प्रकारची सोल्डर वापरली जाते

अ). सामान्य सोल्डर

ब). खडबडीत सोल्डर

सी). बारीक सोल्डर

डी). अतिरिक्त बारीक सोल्डर

प्रश्न 18. चांदीच्या सोल्डरचा वितळण्याचा बिंदू______ आहे.

अ). ३५०°से

ब). ४००°से

सी). 600°C

डी). 850°C

प्र 19. ब्लो लॅम्पची टाकी _________ चे बनलेले आहे.

अ). कांस्य

ब). पितळ

सी). सौम्य स्टील

डी). ओतीव लोखंड

प्र 20. आकृतीत दाखवल्याप्रमाणे ब्लो लॅम्पचा X घटक ओळखा -

अ). प्रेशर रिलीझ वाल्व

ब). सपोर्ट ब्रॅकेट

सी). फिलर कॅप

डी). बर्नर गृहनिर्माण

Q 21. आकृतीत दाखवल्याप्रमाणे पाईप जॉइंटचा प्रकार ओळखा -

अ). टी संयुक्त

ब). शाखा संयुक्त

सी). एल कोपर संयुक्त एल

डी). Y संयुक्त Y

औद्योगिक प्रशिक्षण संस्था

मासिक चाचणी-9, गुण- 20, तारीखः- _______________

(प्रत्येक प्रश्नाला दोन गुण असतात)

प्रश्न 30. ऑक्सी एसिटिलीन गॅस

वेल्डिंग करताना ॲसिटिलीन सिलेंडर कोणत्या स्थितीत ठेवावा
अ). सरळ सरळ
ब). क्षैतिज
सी). कललेल्या स्थितीत
डी). यापैकी एकही नाही
प्रश्न 31. आकृतीमध्ये दर्शविल्याप्रमाणे उपकरणे ओळखा -
अ). स्पार्क फिकट
ब). इलेक्ट्रोड धारक
सी). पृथ्वी पकडीत घट्ट
डी). टिप क्लिनर
प्रश्न 32. गॅस वेल्डिंग ब्लो पाईपचे नोजल __________ चे बनलेले आहे.
अ). तांबे
ब). लोखंड
सी). पितळ
डी). ॲल्युमिनियम
प्रश्न 33. खालीलपैकी कोणते गॅस वेल्डिंगमधील फ्लक्सचे कार्य आहे
अ). विरघळणारे ऑक्साईड
ब). स्वच्छता
सी). अशुद्धता टाळण्यासाठी
डी). या सर्व
Q 34. आर्क वेल्डिंगमध्ये उष्णतेचा स्रोत काय आहे
अ). घर्षण
ब). विद्युतदाब
सी). वीज
डी). वायू
प्रश्न 35. ऑक्सिजन गॅस सिलेंडरचा रंग ___________ आहे.
अ). हिरवा
ब). निळा
सी). लाल
डी). काळा
प्रश्न 36. खालीलपैकी कोणता डोव्हटेल सीमचा प्रकार नाही
अ). साधा
ब). बाहेरील कडा
सी). स्लिप

डी). मणी असलेला

प्र 37. शीट मेटलच्या कामात ॲल्युमिनियम फॅब्रिकेशन वापरले जाते कारण -

अ). ते वजनाने हलके असते

ब). हे गंजण्यास प्रतिरोधक आहे

सी). त्यावर प्रक्रिया करणे सोपे आहे

डी). या सर्व

प्रश्न 39. खालीलपैकी कोणता ॲल्युमिनियमचा गुणधर्म नाही

अ). ते हायड्रोक्लोरिक ॲसिडमध्ये सहज विरघळते

ब). त्याचे विशिष्ट गुरुत्व सुमारे 2.7 आहे

सी). हा एक चुंबकीय पदार्थ आहे

डी). हे उष्णता आणि विजेचे खूप चांगले वाहक आहे

प्र 40. तांब्याचा वितळण्याचा बिंदू_______ आहे.

अ). 1063°C

ब). 1083°C

सी). ६६०°से

डी). २३०० °से

औद्योगिक प्रशिक्षण संस्था

मासिक चाचणी-10, गुण- 20, तारीखः- _______________

(प्रत्येक प्रश्नाला दोन गुण असतात)

प्र 96. खालीलपैकी कोणता ॲल्युमिनियमचा वापर नाही

अ). हे स्टीलच्या उत्पादनात कमी करणारे एजंट म्हणून वापरले जाते

ब). हे स्टीलच्या कास्टिंगमध्ये वापरले जाते

सी). हे इलेक्ट्रिकल इन्सुलेटरच्या निर्मितीमध्ये वापरले जाते

डी). हे पावडर स्वरूपात पेंट्सच्या निर्मितीमध्ये वापरले जाते

प्र 97. खालीलपैकी कोणते विधान ॲल्युमिनियमबद्दल खरे आहे

अ). ते लवचिक धातू आहे

ब). ते चुंबकीय नसलेले असते

सी). ॲल्युमिनियम ऑक्साईडचा वितळण्याचा बिंदू ॲल्युमिनियमपेक्षा जास्त असतो

डी). या सर्व

प्र 98. पितळ हे तांबे आणि _____________ यांचे मिश्रधातू आहे

अ). ॲल्युमिनियम

ब). जस्त

सी). कथील

डी). पोलाद

प्र 99. शीटमध्ये अनेक छिद्र पाडणे याला ____________ म्हणतात

अ). छिद्र पाडणारे

ब). विभाजन

सी). नॉचिंग

डी). लान्सिंग

प्रश्न 100. पंच _________ चे बनलेले असतात

अ). स्टेनलेस स्टील

ब). साधन स्टील

सी). सौम्य स्टील

डी). ओतीव लोखंड

Q 101. खालीलपैकी कोणते हायड्रॉलिक पाईपबेंडिंग मशीनचे कार्य तत्त्व आहे

अ). ते ऑपरेट करण्यासाठी गतीज ऊर्जा वापरते.

ब). ते ऑपरेट करण्यासाठी हायड्रॉलिक पॉवर वापरते.

सी). ते ऑपरेट करण्यासाठी अणुशक्ती वापरते

डी). यापैकी एकही नाही

प्र 102. शीट मेटल वक्र अक्षावर वाकवण्याच्या ऑपरेशनला ________ असेही म्हणतात.

अ). तयार करणे

ब). Plunging

सी). नॉचिंग

डी). स्लिटिंग

प्र 103. फिक्स्चर हे उपकरण आहे जे ____________

अ). वर्कपीस धारण करतो

ब). वर्कपीस शोधते

सी). वर्कपीस धरून ठेवते आणि शोधते

डी). वर्कपीस धरून किंवा शोधत नाही

Q 104. खालीलपैकी कोणता जिगचा घटक आहे

अ). पाया

ब). साधन मार्गदर्शक फ्रेम

सी). शरीर

डी). या सर्व

प्र 105. वक्र शीट मेटल सरळ करण्याच्या ऑपरेशनला _________ म्हणून ओळखले जाते

अ). प्लॅनिशिंग

ब). रेखाचित्र

सी). पिळणे

डी). नाणे काढणे

औद्योगिक प्रशिक्षण संस्था

मासिक चाचणी-11, गुण- 20, तारीख:- ______________

(प्रत्येक प्रश्नाला दोन गुण असतात)

प्रश्न 115. चित्रात दर्शविलेल्या वेल्डिंग प्रक्रियेचे नाव द्या.

अ). TIG

ब). एमआयजी

सी). MAG

डी). MMAW

प्रश्न 116. खालीलपैकी कोणता स्पंदित TIG वेल्डिंगचा फायदा आहे

अ). कमी विकृती

ब). कमी उष्णतेसह चांगले प्रवेश

सी). कमी विकृती आणि कमी उष्णतेसह चांगले प्रवेश दोन्ही

डी). यापैकी एकही नाही

Q 117. TIG वेल्डिंगमध्ये अंडरकट होण्याचे कारण खालीलपैकी कोणते आहे

अ). अस्वच्छ वर्कपीस पृष्ठभाग

ब). वेल्डिंग करंट खूप जास्त आहे

सी). अपुरा शिल्डिंग गॅस

डी). या सर्व

Q 118. टंगस्टन इलेक्ट्रोडसाठी एक मानक रंग संकेत आहे. शुद्ध टंगस्टन _______ रंगाने चिन्हांकित आहे

अ). हिरवा

ब). काळा

सी). लाल

डी). निळा

Q 119. TIG वेल्डिंगच्या सरळ ध्रुवीयतेमध्ये, _______% उष्णता इलेक्ट्रोडच्या टोकाला जाते.

अ). 30

ब). 50

सी). ७०

डी). 100

Q 120. आकृतीमध्ये दर्शविलेले वेल्डिंग जॉइंट ओळखा.

अ). टी संयुक्त
ब). कोपरा संयुक्त
सी). बट संयुक्त
डी). लॅप संयुक्त
Q 121. फिलेट जॉइंटसाठी खालीलपैकी कोणते वेल्ड चिन्ह आहे
अ). 30
ब). 50
सी). ७०
डी). 100
प्रश्न 122. लेसर कटिंगमध्ये एज मशीनिंग भत्ता ________ आहे
अ). 9.52 मिमी
ब). 5.08 मिमी
सी). 1.27 मिमी
डी). 3.03 मिमी
प्रश्न 123. खालीलपैकी कोणता प्लाझ्मा कटिंगचा फायदा आहे
अ). सर्व धातू आणि धातू नसलेले कापले जाऊ शकतात.
ब). सर्व पोझिशन्समध्ये कटिंग शक्य आहे.
सी). कापण्याची कमी किंमत
डी). या सर्व
प्रश्न 124. खालीलपैकी कोणते साहित्य वॉटर जेट कटिंगने कापले जाऊ शकत नाही
अ). टेम्पर्ड ग्लास
ब). प्लास्टिक
सी). दगड
डी). लेदर

औद्योगिक प्रशिक्षण संस्था

मासिक चाचणी-12, गुण- 20, तारीखः- ______________

(प्रत्येक प्रश्नाला दोन गुण असतात)

Q 1] चित्रात दर्शविलेले वेल्डिंग जॉइंट ओळखा]
अ] टी संयुक्त
ब] कोपरा जोड
क] बट संयुक्त
ड] लॅप संयुक्त
Q 2] ऑक्सि-ॲसिटिलीन ज्वालाचे ज्वलन सुमारे ________ अंश तयार करते सेंटीग्रेड तापमान]

अ] 2400 ते 2700

ब] 1800 ते 2200

क] 3100 ते 3300

ड] 1825 ते 1875

प्र 3] एसिटिलीन वायू कार्बन आणि ____________ यांचा बनलेला असतो

अ] आर्गॉन

ब] नायट्रोजन

C] ऑक्सिजन

ड] हायड्रोजन

Q 4] एसिटिलीन गॅस सिलेंडरचा रंग _____ आहे

हिरवा

ब] काळा

क] लाल रंग

ड] निळा

Q 5] कोणत्या गॅस सिलेंडरला DA गॅस सिलेंडर असेही म्हणतात?

अ] एसिटिलीन गॅस सिलेंडर

ब] ऑक्सिजन गॅस सिलेंडर

C] आर्गॉन गॅस सिलेंडर

ड] यापैकी नाही

प्र 6] द्रव एसीटोनचा 1 खंड एसिटिलीनचे ________ खंड विरघळू शकतो

सामान्य वातावरणाचा दाब आणि तापमानाखाली वायू]

अ] १०

ब] २०

क] २५

ड] 30

Q 7] खालीलपैकी कोणता एक प्रकारचा गॅस रेग्युलेटर आहे जो ऑक्सिटिलीनमध्ये वापरला जातो

गॅस वेल्डिंग?

अ] सिंगल स्टेज रेग्युलेटर

ब] डबल स्टेज रेग्युलेटर

C] सिंगल आणि डबल स्टेज रेग्युलेटर

ड] यापैकी नाही

प्रश्न 8] चित्रात दाखवलेली उपकरणे ओळखा]

अ] गॅस रेग्युलेटर

ब] वेल्डिंग ब्लोपाइप
क] टिप क्लिनर
ड] स्पार्क फिकट
प्र 9] ऑक्सी ऍसिटिलीन गॅस कटिंग टॉर्चमध्ये, कटिंग नोजलचा कोन शरीरासह ___ अंश आहे]
अ] ४५
ब] 60
क] 90
ड] 120
Q 10] ऑक्सी ऍसिटिलीन गॅस वेल्डिंग ब्लोपाइपमध्ये, वेल्डिंगचा कोन मानेसह नोजल ___ डिग्री आहे]
अ] ४५
ब] 60
क] 90
ड] 120

www.ingramcontent.com/pod-product-compliance
Ingram Content Group UK Ltd.
Pitfield, Milton Keynes, MK11 3LW, UK
UKHW021916190726
13853UKWH00002B/705

9 798888 335673